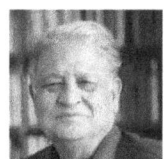

व्यंकटेश माडगूळकर

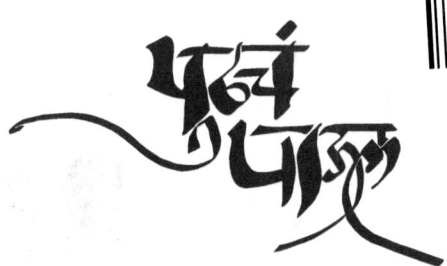

पुढचं पाऊल

मेहता पब्लिशिंग हाऊस

PUDHACHA PAUL by VYANKATESH MADGULKAR

पुढचं पाऊल / कादंबरी

व्यंकटेश माडगूळकर

© ज्ञानदा नाईक

मराठी पुस्तक प्रकाशनाचे हक्क मेहता पब्लिशिंग हाऊस, पुणे.

प्रकाशक

सुनील अनिल मेहता, मेहता पब्लिशिंग हाऊस,
१९४१, सदाशिव पेठ, माडीवाले कॉलनी, पुणे - ३०.

अक्षरजुळणी

इफेक्ट्स, २१/६ब, आयडिअल कॉलनी,
कोथरूड, पुणे - ३८.

मुखपृष्ठ व मांडणी

चंद्रमोहन कुलकर्णी

मुखपृष्ठावरील
लेखकाचे छायाचित्र
शेखर गोडबोले

प्रकाशनकाल

पहिली आवृत्ती
७ मे, १९५०
दुसरी आवृत्ती
६ सप्टेंबर, १९७८
तिसरी आवृत्ती
१ सप्टेंबर, १९८९
मेहता पब्लिशिंग हाऊसची चौथी आवृत्ती मे, २०१२ / पुनर्मुद्रण : सप्टेंबर, २०१३

ISBN 978-81-8498-381-4

/ एक /

गावओढ्याच्या काठावर महारवाडा पसरला होता. ओबडधोबड खोपटं पडवळ, घोसाळ्याचे वेल पांघरून उभी होती. कुठं एखादं शेवग्याचं शेलाटं झाड हलत होतं, कुठं एखादा लिंबारा तरारला होता. वाटेवरून वाहणाऱ्या सांडपाण्यात मुस्कटं बुचकळत डुकरं हिंडत होती, चमत्कारिक आवाजात ओरडत होती. काळ्या-बेऱ्या कोंबड्या हवेला लाथा देत खुराड्याकडे पळत होत्या. केसांत शिरून डसणाऱ्या गोमाशांमुळे वैतागलेली कुत्री धुळीत लोळण घेत होती. महारांची नागडी-उघडी पोरं खेळत होती, भांडत होती, रडत होती आणि एकमेकांना शिव्या घालत होती. खोपटाच्या दारात बसून तान्ह्या पोराला पाजता पाजता कुणी लेकुरवाळी शेजारणीशी बोलत होती. एखादा खवीस म्हातारा सुनेवर तोंड टाकत होता. एखादी बया अंगणात बसून सर्पणासाठी काटेरी फांजर मोडता मोडता आपल्या मवाळ नवऱ्याच्या नावानं कोकलत होती. दिवस बुडाला होता, झांजड पडत चालली होती आणि दुपारी निवांत असलेला महारवाडा हलू-बोलू लागला होता.

...कुठं दोन्ही मांड्यांत धरलेल्या कासंडीत लुकडी गाय पिळली जात होती, कुठं मेढीशी बांधलेल्या शेरडीच्या सुकल्या कासेला करडू गुच्चे हाणीत होतं. चुली पेटत होत्या, तवे तापत होते, पीठ मळलं जात होतं. डोक्यावरचे भारे खाली टाकले जात होते, गुरं बांधली जात होती. दिवसभर वणवण फिरलेली झिजकी पायताणं पायऱ्यांवर विसावत होती, पागोटी निघत होती आणि हातातल्या काठ्या जमिनीवर आडव्या होत होत्या. झांजड पडत चालली होती आणि महारवाड्यात एकच गोंधळ चालला होता. बाहेर रडणाऱ्या पोरांना घरातून मारलेल्या हाका, सुतामेटावरच्या मोठ्या लिंबावर कावळ्यांची जागेसाठी भांडणं, गुरांचं हंबरणं, ओलीतून हिंडणाऱ्या बेडक्यांची टवटव – नाना आवाज एकमेकांत मिसळले होते. चिपाडांचा खरपूस धूर, मोहरल्या लिंबाचा सुगंध, सांडपाण्याची घाण, उकिरड्याची दुर्गंधी, मळलेल्या चिंध्यांचा कुबट वास, शेणानं सारवलेली जमीन आणि शेरड्यांचं मूत – नाना वास एकमेकांत मिसळले होते.

तक्क्याशेजारी रामनाक महाराच्या समाधीपाशी चार महार मंडळी जमून जिवाची करमणूक करून घेत होती. देवा महाराचा

कसबी पोर कृष्णा ढोलकीवर होता आणि गोड गळ्याचा आकण्या महार गाणं गात होता, रामनाक महाराची कर्तुक सांगत होता :

'नाव कमवुनी गेला महार,
कथा ऐका, दादांनू, जोहार....'

हा रामनाक महार मोठा इमानी महार होऊन गेला होता. महार मंडळींना तो देवासारखा होता. पूर्वी एकदा देवडी गावावर मध्यरात्री चोरट्यांनी हल्ला केला. शे-पन्नास माणूस हातांत काठ्या-कुऱ्हाडी घेऊन आलं. सगळं गाव चिडीचिप झोपलं होतं.

'निजानीज झाली, झोपला गाव देवडी
गावाच्या मधे चावडी,
तिथे जाग तेवढी
वतनदार महार रामनाक इमानी गडी,
उभा राहुनी न्याहळी अंधार!....'

चोरट्यांची चाहूल लागताच रामनाकानं हाळी दिली. कुत्र्यांचा कालवा झाला. रामनाक आडवा झाला, शे-पन्नास कुऱ्हाडींशी एकटा सामना देऊ लागला. कुऱ्हाडींचे खणखणाट होऊ लागले, कचाकच घाव बसू लागले. इमानी रामनाक घायाळ झाला – खाली आला. गाव जागं झालं, चोरटे पळाले; पण रामनाक गमावला. गाव सांभाळता सांभाळता ठार झाला. गावकऱ्यांनी त्याची समाधी बांधली.

'भाल्याचा मान वंशाला,
पुजेस बामण, पुजेस बामण....'

आकण्या वीरश्रीनं गात होता. ढोलकीवर कृष्णाची बोटं विजेसारखी हलत होती. महार डुलत होते. एवढ्यात मागून साद आली :

''किस्न्या, ए किस्न्या तराळ!''

गाणं गपकन जिथल्या तिथं थांबलं. कावराबावरा होऊन कृष्णा महार उभा राहिला. तसा हाळी देणारा चौगुला बोलला, ''एवढा झटक्यानं बरा उठलास? मी काय पाटील नव्हं.''

''भिनाऱ्याच्या मनात भूत, चौगुले. जरा कडक साद आली, म्हनलं, पाटीलच आलं म्हारुड्यात.''

''मी आलोय पाटलाकडनंच.''

''का वं, काम निघालं काय?''

''हां, दवंडी करायची हाय गावात. डागदार येनार हाय सकाळच्या पारी.''

''गुरं टोचणारा काय?''

''गुरं न्हवं, पोरं!''

"गुरं टोचू दे, न्हाईतर पोरं टोचू दे, आपल्याला काय? आता उलीसा निवांत बसलो होतो देवापाशी, तवर आला मागं दङ्ग्या! बरं, चला!"

गाणं सोडून कृष्णा मुकाट उठला, व्हरलवाड्यातल्या टोपाला घेऊन गावात आला. डोळ्याला दिसंनासं झालं होतं, तरी नेहमीच्या सरावानं ती दोघं गल्ली-बोळातून अचूक जात होती. नाक्यावर उभा राहून कृष्णा ओरडे, "उद्या सकाळच्या पारी, लहान पोरं टोचन्यापायी, देवीडाक्टर येनार हाय, तवा सर्व्यांनी आपली पोरं चावडीवर आनून टोचून नेवावी होऽ....!"

शेवटल्या 'होऽ' बरोबर टोपा हातातलं डफडं 'डबक डबक' वाजवी.

जाता-येता कुणीही दमात पुसे, "काय रं ए तराळ, कसली दवंडी?"

ज्वार ठोकून कृष्णा पुन्हा सांगे, "डाक्टर येनार हाय जी, उद्या पोरं टोचन्यापायी."

"हां, हां, अरं, मग वाईच घसा शाप करून आरड की. नीट ऐकू आलं पायजेल."

– आणि मग कृष्णा पुन्हा शाप आवाजात ओरडे... पाटलाचा हुडा, देवळाचं पटांगण, कुंभाराचा लिंब, गावची वेस – साऱ्या मोक्याच्या ठिकाणी फिरून कृष्णानं दवंडी गाजवली.

न्हाव्याची भागी आणि परटाची सुबा रानातून माघारी येत होत्या. त्यांनी ही दवंडी ऐकली. नाकाला सुरकुत्या पाडून दातवणानं काळे झालेले दात खात त्या एकमेकींशी बोलल्या, "कशाला येतोय मुडदा? टोचलं म्हंजे पोरास्नी ताप येतो मुलूखभर! जात्यात सुदीक पोरं वक्तावर! मी न्हाई बाई टोचायची माज्या पोरीला. सकाळच्या पारीच जाईन तिच्यासंगं रानात."

"व्हय, तर काय, दोडा! माझ्या नणंदेचं पोरगं आज तीन साली टोचलं या मुडद्यानं, आन् गेलं बघ पोरगं. कसं सोजीच्या लाट्यावाणी होतं!"

– आणि तीन सालांपूर्वी लिव्हरच्या विकारानं मेलेल्या नणंदेच्या पोराएकी तिचे डोळे पाण्यानं भरले.

ते बघून दुसरीचाही घसा भरून आला. रस्त्यावर उभं राहिल्या राहिल्या त्यांनी एकमेकींची समजूत काढली आणि मग पायघोळ लुगड्यांचा फडकऽऽ फडकऽऽ आवाज करीत त्या आपापल्या घराकडे गेल्या.

गावातल्या इतर लेकुरवाळ्या बायकांनीही डॉक्टरच्या नावानं बोटं मोडली, त्याला शिव्या घातल्या. धूर्तपणानं उद्याचा प्रसंग कसा टाळावा, याचा विचार करून निर्णय घेतले.

/ दोन /

भल्या पहाटे उठून कृष्णानं चावडीपुढची जागा लोटून घेतली होती. चौगुल्यानं चावडी सारवली होती. भिंतीला फडफडणारं 'अधिक धान्य पिकवा', हे पोस्टर चिमण्यांनी फाडून टाकलं होतं, ते मागल्या बाजूला डिंकपट्ट्या डकवून सांधलं होतं. अभ्रा नसलेला गादी-तक्क्या, लाकडी डेस्क, शाईचे डाग आणि फरकाटे असलेलं जाजम, दौतीचा लाकडी ठोकळा; हे चावडीतलं नेहमीचं साहित्य आज शक्य तो ठाकठीक ठेवण्याचा प्रयत्न झाला होता.

रंगानं डांबरी काळा असलेला सुका पाटील धावपळ करीत होता. ही आसामी मोठी और होती. त्याचा आवाज कायमचा बसलेला होता. घामानं काळे झालेले कपडे घालून तो गावची उठाठेव करीत हिंडे. गावात कुठेही मयत झालं की, त्याची ओढ्यावर जाण्याची सर्व व्यवस्था मोठ्या उत्साहानं करी. आपल्या बसक्या आवाजानं तो थट्टा करू लागला की, त्याच्या तोंडाला ओढायच्या कडक तंबाखूचा वास येई.

चावडीच्या पायरीशेजारी कृष्णा बसला होता. चौगुला विडी ओढत उभा होता. गावची चार रिकामटेकडी आणि पुढंपुढं करायला हवी असलेली आगाऊ माणसं खळणी कापडं घालून चावडीच्या जोत्यावर बसून राहिली होती. सगळे देवी-डॉक्टरची वाट पाहत होते.

अखेर डॉक्टरचा छकडा आला – चावडीपुढं येऊन उभा राहिला. खाकी पाटलोट पोटावर ओढीत डॉक्टर खाली उतरला. सगळ्यांनी लवून रामराम घातले. त्यावर त्यानं साहेबी टोपी घातलेला हात छाताडापर्यंत नेल्यासारखा केला. खाली मुंडी घालून तो थेट चावडीवर चढला, गादीवर टेकला आणि सपाट्यासारशी म्हणाला, "पोरं आलेली दिसत नाहीत पाटील!"

पाटलांनी डेस्कावरची धूळ उपरण्यानं पुसली. लाचारीनं हसत उत्तर दिलं, "येत्यात, येत्यात. चला की घराकडं. च्यापानी घ्या तोवर."

पण डॉक्टर बधला नाही. उलट त्यानं आवाज चढवला, "प्रथम काम. चहापाणी मागनं. पोरं का आली नाहीत?"

तसे पाटील जोसानं उठून तरातरा चावडीच्या जोत्यावर

आले. ओरडले, ''अरं, तराळ हाय, का मेला?''

चावडीच्या पाठभिंतीला आकण्या आणि कृष्णा तमाखू खात उभे होते. पाटलाची हाक ऐकताच कृष्णा लटकन हलला आणि बोलला, ''आकण्या, पाटील कावला रं कावला!''

– आणि मुंडाशाची चिंधी खोचीत धावला. पाटलापुढे येऊन म्हणाला, ''मी हाय न्हवं जी हतं.''

''पोरं आली न्हाईत रं अजून. सांगटलंस का सर्व्यांना?''

''जी व्हय, राती दौंडी गाजवली आन् भेटंल त्येला सांगटलं बी!''

''आता पुन्हा जा. जिथं जिथं धाकलं पोर आसंल तिथं जाऊन घेऊन ये. आं?''

''व्हय जी!''

हातातल्या भाल्याला लावलेला घुंगुर वाजवीत कृष्णा चालू लागला.

न्हाव्याची भागी काखंला पोर आणि डोक्यावर पाटी घेऊन झपाट्यानं रानाकडं चालली होती. तिला बघताच तो थबकला आणि आर्जवानं बोलला, ''बाई, चावडीकडं आणताया न्हवं पोरगं टोचायला?''

त्यावर ती फणकारली, ''व्हय, येते की चावडीकडं आन् रानात कामाला धाड तुझी आई, न्हाईतर पाटलाची लेक!''

कृष्णा बावरून पटका चाचपू लागला आणि त्याच्या पुढनं भागी मारक्या म्हशीसारखी निघून गेली.

मग तोंडातल्या तोंडात काही पुटपुटत कृष्णानं कपाळावरचा घाम निपटून टाकला – फाटकं पायताण पुढं ओढलं. न्हाव्याच्या घरावरून तो मुसलमानाच्या बोळात शिरला आणि ब्राह्मणआळीला आला.

डोक्याला टापशी बांधलेले उघडेवाघडे तात्याकाका अंगणात लाकूड फोडत होते. दबकत दबकत त्यांच्यापाशी जाऊन कृष्णा बोलला, ''काका, पोरं धाडताया न्हवं चावडीवर? डाक्टर आलाया टोचायला.''

लाकडावर उगारलेली कुऱ्हाड खाली घेऊन तात्याकाकांनी सुस्कारा सोडला. म्हटलं, ''बरा आलास, आता एवढं फोडून जा. सकाळचा चहा थटलाय सर्पणापायी!''

– आणि होकाराची वाट न बघता त्यांनी कुऱ्हाड कृष्णापुढं टाकली, कमरेवर हात दिला आणि वाकून अवघडलेला पाठीचा कणा ताणला.

कृष्णा गयावया करून बोलला, ''नगा, नगा. अंमलदार आलाया चावडीत; ततं हजेरी पायजे. आन् पोरं हजीर करायची हैती अजून... तुमी जाताया न्हवं?''

''अरं थुत! या कंट्री डॉक्टरकडनं कोण घेतो टोचून? आम्ही पुण्याहून आणली आमची पोरं टोचून. भिंतीत फिरव म्हणावं तुझं गिरमीट!''

“तसं कसं जी?”

“माजलाय लेको तुम्ही अलीकडे. कामं ऐकत नाही. खळ्याच्या वेळी तेवढे येता नाही रे?”

अगोदरच उन्हानं आणि लाकूड फोडण्याच्या श्रमानं कावलेले तात्याकाका कृष्णाच्या नकारानं अधिक कावले. महार म्हणजे आपले जन्मजन्मांतरीचे चाकर अशी प्रामाणिक समजूत असलेल्या त्या लुकड्या माणसानं बेफाम तोंड सोडलं...

“अरे, तुम्हाला उठता लाथ आणि बसता बुक्की हवी. त्याविना तुम्ही नाही बधायचे. मवाळपणानं सांगतोय. दोन फाळी काढ तर म्हणे, डॉक्टर आलाय. आला आसंल! अरे, आजपर्यंत आमच्या अन्नावर जगला आहेस, डाक्टरच्या न्हवे.”

“असं का, जी... असं का, जी?” करीत कृष्णानं आपली बाजू मांडण्याचा प्रयत्न केला. खरं तर तो मनातून चिडला होता. “न्हाई फोडत जा, बामणा. अरं कुठं खायला घालून धन लावलीस? पाप देणार नाहीस तू, ते पुण्य देतोस व्हय?” असं ठणाणून बोलावं असं त्याला वाटत होतं; पण तो बोलला नाही. तात्याकाकांच्या शिव्या खात गप्प उभा राहिला.

मग झटक्यासरशी तात्याकाकांनी जमिनीवरची कुऱ्हाड उचलली आणि लाकडावर घावटी घालीत ते शेवटचं बोलले, “बराय राया, कधी वेळ येईल... मग देईन आठवण या गोष्टीची!”

– आणि महारवाड्याच्या बाजूनं लंगडी घालत बिंच्या आला. सदऱ्याची बाही चोखीत कृष्णाला म्हणाला, “बाबा, तुला देवानं बोलावलंय न्हेरीला!”

दहा-अकरा वर्षांच्या बिंच्याला ‘अहो-जाहो’ म्हणायचं माहीत नव्हतं. म्हाताऱ्या आज्याचा नावानंच तो उल्लेख करी.

‘दोपारी खाईन म्हनून सांग त्येला...’, असं म्हणून कृष्णानं पोरालं झिंजाडलं आणि तो खाली मान घालून तरातरा चालू लागला.

सारी घरं पालथी घातली, भेटेल त्याला सांगितलं; पण चावडीवर पाय ठेवायची कुणाची खुशी नव्हती. कृष्णाची वणवण फुकट चालली होती. गावच्या शिव्या खात तो फुकट हिंडत होता. वाटेतच पाटील पुन्हा भेटले. डॉक्टरला चहा देण्यासाठी आबालाल मुलाण्याच्या घरी कपबशा आणायला ते चालले होते. कृष्णाला बघताच बोटं नाचवीत त्यांनी विचारलं, “काय रं, सांगटलंस का सर्व्यांस्नी?”

“व्हय जी. पर....”

“मग आता थांबू नगंस. वस्त्यांवरनी जा सगळ्या. तो खडकावरचा गणा, राणूजीचा रामा, काळा कोंडिबा – सगळ्यांकडं जा. बलावलंय म्हणावं, पोरं घेऊन चावडीवर. जा!”

गावापासून रान लांब पडतं. चोवीस तास देखरेखही राहत नाही, म्हणून काही गावकरी रानातच वस्त्या घालून राहिले होते. त्यांना निरोप पोहोचवायचे म्हणजे चार-पाच मैलांचा तकाटा होता; पण तो घेणं भाग होतं. ही सरकारी नोकरी होती. कृष्णानं पाय उचलले.

काळ्या रानातल्या पायवाटेनं कृष्णा वस्त्या वेंघू लागला. वरून ऊन डसत होतं. पोटात भुकेचा कावळा टोच्या मारत होता. घामानं अंगातलं कुडतं थबथबलं होतं.

लिंगड्याच्या वस्तीवर येदू लिंगड्या मोट हाकीत होता. निरोप सांगताच तो म्हणाला, "सांग जा डागदराला, आमची माणसं म्हायेरला गेल्यात म्हणून. कोण येतंया खरं-खोटं बघायला?"

लिंगड्यानं असं धुस्कारून लावल्यावर कृष्णा दुसऱ्या टोकाला असलेल्या गणपाच्या वस्तीवर गेला.

तिथं कडबा रचायचं काम चाललं होतं. कृष्णानं निरोप सांगताच गणपा बोलला, "शाना पडला रं तुजा डागदर! तेवढाच उद्येग न्हाई आमाला. बरं हं, उभा राहू नगंस. हात लाव थोडका!"

कृष्णानं आढेवेढे घेतले, सबबी सांगितल्या; पण गणपानं थोडंबहुत काम केल्याशिवाय त्याला सोडलं नाही.

सगळ्या वस्त्या तुडवता तुडवता वाटेत बावऱ्या महाराचा मळा लागला. हिरवागार मळा! बांधाशेजारी येताच पाणी दिलेल्या खपलीतून वाऱ्याची गारेगार झुळूक आली आणि कृष्णा महाराच्या तापल्या अंगाला थटली.

हा सुरेख मळा बावऱ्या महाराचा होता. कृष्णाचा धाकटा भाऊ गणा मळ्यावर चाकरीचा गडी होता. कृष्णा बांधावर आला, तेव्हा तो विहिरीजवळच्या जांभळीखाली बसून तंबाखू खात होता. थोरला भाऊ नजरेस पडताच तो उठला आणि बोलला, "अरं दादा, कुणीकडं चाललास?"

भावाभावांत बरीच तफावत होती. कृष्णा राकट होता, रंगानं काळा होता. त्याच्या ओठांवर मनगटासारख्या मिशा होत्या आणि गणा बामणासारखा रंगानं उजळ, अंगानं नाजूक होता. त्याच्या पातळ ओठांवर नुकतीच मिसरूड फुटू लागली होती.

भावाच्या प्रश्नावर कृष्णा उत्तरला, "चाललोया पायपीट करीत. डागदर आलाय पोरं टोचनारा. सकाळधरनं फिरून फिरून झीट आलीया, बघ!"

बोलता बोलता खपलीच्या कडेकडेनं कृष्णा जांभळीच्या थंडगार सावलीत जाऊन उभा राहिला.

"आन् सकाळच्या पारी काय च्या-पानी बी घेतलं न्हाईस; तसाच गेलास. म्हातारा तरमाळला की!"

"कशाचा च्या आन् कशाचं पानी, गना! आपली जिंदगी ही अशीच. का पेरलंय रं हे?"

"ही व्हय? फुलावर हाय, कोबी हाय, टमाटो हाय. विंग्रजी अस्तंय समदं!"

"विंग्रजी?"

"हा बावऱ्यानानानं मंबईसनं बी धाडलंय."

कृष्णानं पुन्हा एकवार मळ्यावरून नजर फिरवली आणि त्याचे डोळे निवले.

खपली, जोंधळा, मिरच्या, कांदे, वांगी असलं पीक भरघोस होतंच; पण माणदेशाच्या जमिनीत बावऱ्यानानानं कोबी, फुलकोबी, टोमॅटो असला अपूर्वाईचा भाजीपाला पिकवला होता. महार जातीत जन्माला येऊन त्या बहादुरानं एखाद्या भरण्याच्या कुणब्यासारखा जोरदार कुणबावा उभा केला होता. शाबास त्याची!

"गना, पैका लई वडला बावऱ्यानानानं मंबईत. दिष्ट लागावी असा मळा केलाय." कृष्णा असं म्हणून गेला आणि मग त्याचं आतडं तळमळलं... आपल्या नशिबी नुसती दुसऱ्याची तारीफ करणंच, असा काहीसा विचार आला. अभावितपणे थोडाफार इसाळही मनी कालवला आणि तो पुन्हा बोलला, "गना, आपला कधी होईल का रं असा मळा?"

त्यावर नव्या दमाचा गणा फटकन बोलला, "हो, हो. न होयाला का झालं? हुईल की!"

"कुठला होतुया पोरा? आपण असंच मरायचं मागून आनल्यालं तुकडं खात."

कृष्णा हे अशा तऱ्हेनं अशा स्वरात बोलला की, गणा गप्प राहिला. त्याला पुढं बोलणं झालं नाही.

कृष्णानं वाफ्यात साठलेल्या पाण्यानं चूळ भरली. गार पाण्याचा शिडकावा तोंडावर मारला आणि गणाला म्हटलं, "मी जातो, सायबी टोपी हाय – घड्याळाच्या काट्यावर काम झालं पायजेल. नाईतर फुका बोंब हुयाची."

– आणि मळ्याची हद्द ओलांडून तो रस्त्यावर येऊ लागला.

"बावऱ्यानानाचा मळा आणि आपली हलाखी. थुत् या जिनगानीवर. रोजची हमाली – सगळ्यांच्या पायाखालचा चेंडू. कुणीही ठेचलावं, कुणीबी शिव्या घालाव्या. पोटभर टुकडा नाही की, अंगभर चिरगूट नाही. फुकट आहे सगळा पसारा." असं स्वत:शीच म्हणत हातवारे करीत तो चालू लागला. तोच मागून हाळी आली, "कोण? किस्ना न्हवं काय?"

कृष्णानं गपकन मागं वळून बघितलं.

तालुक्याच्या वाटेवरून बिनतट्ट्याची गाडी येत होती. तीन-चार माणसं त्यात होती. प्रथम कृष्णाला कोण, ते उमगलं नाही. कपाळावर हात लावून तो न्याहाळीत उभा राहिला. माणसं नीट नजरेच्या टप्प्यात आली तसा ओरडला, "आँ? बावऱ्यानाना? कवा आलास मंबईसनं?"

"येतोय हाच, बघ. समदी खुशाल हायेत का? देवबा, गणा, व्हंजी?"

"व्हय. हायती खुशाल." बोलता बोलता कृष्णाची नजर मागं बसलेल्या मालणकडं गेली. ती नागडी हिंडणारी पोर कशी उफाड्याची झाली होती. गोल पातळ, उघड्या गळ्याचा पोलका, दोन वेण्या. कौतुकानं मान हलवीत कृष्णा बोलला, "अरं! मालण बामणिनीवानी दिसू लागली की!"

त्यासरशी मालण लाजली आणि कपाळावरचे केस सारून मान वळवीत बोलली, "इश्श!"

मग कृष्णा अधिक खुलला. त्याचं भाबडं हसू दणक्यानं बाहेर आलं. ते न आवरता तो बोलला, "इ्याक केलंस बग मंबईला गेलास ते? पोरगी शिकली. विंग्रजी बुकं वाचती का?"

त्यावर मालण अभिमानानं म्हणाली, "हो, इंग्रजी चौथ्या यत्तेत आहे मी!"

"इ्याक हाय, इ्याक हाय." मग पुन्हा कृष्णाच्या मनाला मघाच्या विचाराचा काटा बोचला. "बावऱ्यानाना, काय इ्याक मळा केला हैस, रं! माजी दिष्ट लागंल बघ. मंबईला गेलास आन् सोनं झालं तुजं. आमी मरायचं हतंच तुकडं मागत!"

त्यासरशी बावऱ्या बोलला, "ते का? तू बी काड की काय तरी वाट. आरं, करायला लागलं आन् हुता काळ आला, म्हंजे सगळं हुतं. कुठं चाललायस गावातच का? मग बस की गाडीत."

"न्हाई, जावा तुमी. मी कामाला चाललोय वाईच. रात्री येतो तक्क्यात. पोटभर बोलू, म्हनं!"

"बराय."

मग गाडीवानानं बैलं दबावली आणि कृष्णा उलट्या बाजूनं चालू लागला.

दरम्यान, पाटलाच्या घरून डॉक्टर कोंबडी खाऊन आला होता. डेस्कावर पाय टाकून पांढरी विडी ओढत होता. चावडीच्या भिंतीला पाठीचा रेटा देऊन पाटील विसावला होता. दोन्ही तळहात जोडून कुठंतरी बघत होता. मनातून निर्धास्त झाला होता – कारण डॉक्टरनं कोंबडी खाल्ली होती. चावडीच्या बाजूला असलेल्या चिंचेच्या झाडाखाली अमीननं छकडा सोडला होता. जुवाला बांधलेला तापट बैल डोळे मिटून रवंथ करीत होता. छकड्यात बसून विडी ओढता ओढता अमीननं काही गणितं केली आणि चौगुल्याला बोलावून घेतला. हलक्या आवाजात तो त्याला बनवू लागला. जाताना डझनभर अंडी फुकट उपटण्याचा त्याचा इरादा होता.

/ तीन /

टळटळीत दुपार झाली. गावात शुकशुकाट झाला. शेरडांची कोवळी करडं, कोंबड्या आणि पोरं सांभाळण्यावाचून इतर काही काम करण्यास असमर्थ असलेली म्हातारीकोतारी याशिवाय गावात कुणी उरलं नाही... सगळे रानामाळात गेले.

तास, दोन तास गेले आणि आपण पाटलांची कोंबडी खाल्ली आहे ही गोष्ट डॉक्टर साफ विसरला. चष्म्याच्या काचा पुसत, बटबटीत डोळे पाटलावर रोखून तो ओरडला, ''काय हे पाटील? कुठाय तो बाजीराव?''

पाटील सावरून बसले. डॉक्टरला कोणता बाजीराव पाहिजे हे त्यांना उमगेना. गावात बाजी अनेक होते. घाबरून त्यांनी विचारलं, ''कोण बाजीराव साहेब?''

''तो तराळ. सगळे बाजीराव आणि आम्ही तेवढे हमाल आहोत ना!''

– आणि मग डॉक्टरचे विडी ओढून काळे झालेले ओठ थरथरू लागले. जणू त्यांना रडायला येत होतं.

''मघापासून गप बसलोय. काय चेष्टा चालविल्यात तुम्ही? इथं काय हजामती करायला आलोय मी? एक पोर नाही अजून – काय आहे काय? वांझोट्यांचा गाव आहे सगळा.''

एकाएकी डॉक्टर असा हमरीतुमरीवर आला. पाटलाची गाळण उडाली. अमीन सुतन्याच्या नाड्या आवळीत छकड्याखाली

उतरला आणि चौगुल्याला समजुतीच्या स्वरात सांगू लागला, ‘‘तसे साहेब दिलाचे भले; पण काम म्हणजे काम! उगीच हयगय केलेली खपायची न्हाई त्यांना.’’

अशा मोक्याला कृष्णा चावडीपुढे आला.

धोतराचा सोगा मांडी दिसेपर्यंत वर उचलून पाटील तरातरा जोत्यावर आला. बोटं नाचवीत बसका आवाज चढवून कृष्णावर ओरडला, ‘‘काय रं भडव्या? कुठायत पोरं?’’

कृष्णा कळवळून बोलला, ‘‘सगळ्यांस्नी सांगून आलो जी. जे ते न्हाई म्हणतंय. मग मी....’’

डेस्कावरल्या तंगड्या आवरून घेत डॉक्टर गरजला, ‘‘खोटं बोलतोस लेका? तूच गेला नसशील बोलवायला. खुशाल घरी झोप काढून आला असशील. टाळक्यात जोडं हाणायला पाहिजेत तुझ्या.’’

अगोदरच कृष्णा तावला होता. उन्हातली वणवण, उपाशी पोट, बावऱ्याचा मळा आणि आपलं दळिंद्र हा विचार – या गोष्टींमुळे त्याचं अडाणी डोकं तापलं होतं. डॉक्टरच्या या बोलण्यावर त्याच्या नाकपुड्या फुगल्या, पैरण गच्च झाली. धारदार आवाजात त्यानं डॉक्टरला डाफरलं, ‘‘डागदारसायेब, उगंच तोंड वाजवू नका. माझं काम मी चोख केलंया.’’

डॉक्टरला आपली बायको आणि वरिष्ठ याशिवाय कुणाकडून उलटं बोलून घ्यायची सवय नव्हती. तो ताडकन उठून उभा राहिला आणि टकरीच्या बैलासारखा अंगावर धावून आला.

‘‘साल्या धेडा, उलटून बोलतोस? तोंड फोडीन!’’

कृष्णाची हातातल्या काठीवरची पकड अधिक आवळली गेली. डोळ्यांत रक्त उतरलं. दात-ओठ खात तो ओरडला, ‘‘ये, चावडीच्या खाली ये, सायबा! बचाळी उपसून हातात देतो तुझ्या!’’

कृष्णा असं ओरडला आणि सगळे आश्चर्यानं थक्क झाले. जागच्या जागी खिळले. पाटलाला काय करावं हे उमगेना. ‘हां, हां,’ करीत तो जागच्या जागीच पाय नाचवू लागला.

डॉक्टर लाल झाला, खांबाजवळ काढून ठेवलेला बूट हातात घेऊन कृष्णावर धावला.

‘‘तुझा बाप आला पाहिजे साल्या, बचाळी उपसायला!’’

मग तिरीमिरीसरशी कृष्णाही पुढं झाला. जोत्याच्या कडेला आलेल्या डॉक्टरला तो हातातल्या काठीची फिरवून धोपाटी घालणार, तो म्हातारा देवा धडपडत, लटपटत आला. आला तसा पोराच्या छातीवर कोपराचा एक दणका हाणून त्यानं त्याला बाजूला केला आणि लटलटते हात जोडून कापऱ्या आवाजात डॉक्टरला

विनवलं, "म्हाराज, माफी करा पोराला. म्हाराज, माफी...."

डॉक्टर खेकसला, "तू कोण?"

"मी बा हाय त्येचा. देवबा. हां... देवबा...."

आपल्या पोरानं केलेल्या या भयंकर अपराधानं देवा इतका घाबरला होता, इतका काकुळती आला होता की, त्याला धाप लागली होती, नीट बोलता येत नव्हतं. धोतराच्या निऱ्या फराफरा फेडून त्यानं त्या डॉक्टरपुढे अंथरल्या.

"मी पदर पसरतो. हां, तुमी मायबाप. तुमीच तारनार...."

म्हाताऱ्याच्यानं पुढं बोलवेना. त्याचे ओठ नुसतेच हलत राहिले, मान डगडगत राहिली, अंग कापत राहिलं.

पण डॉक्टरला त्याचं काय होतं? हातातला बूट कोपऱ्यात फेकून तळवे झाडीत तो गुरगुरला, "मला काही सांगू नकोस. मी घडलं तसा रिपोर्ट करणार."

त्यावर देवानं पटापट जमिनीला डोस्कं टेकलं, हात जोडले, थोबाडीत मारून घेतल्या.

"नगा... नगा. म्हाराज, तसं करू नगा. पाठीवर मारा, पर गरिबाच्या पोटावर नगा मारू. नगा, नगा...."

इतका वेळ 'हां, हां,' करीत राहिलेल्या पाटलाला आता वाचा फुटली.

"देव्या, गाडवीच्या, म्हातारा झालास तरी अब्रू न्हाई तुला. पोरानं उलटी उत्तरं केली भर चावडीवर सायेबांना! आं?"

देवाचे डोळे पाण्यानं भरले, "तावीट हाय, उगंच माथेफिरू हाय. त्येच्याकडं नका ध्यान देऊ. मला शिवट धा जोडे हाणा...."

यावर डॉक्टर काहीच बोलला नाही. चष्मा पुसत अमीनला म्हणाला, "अमीन, छकडा जोड."

तसे पाटील पुढे झाले. हात जोडून त्यांनी विचारलं, "म्हंजे, निघायची तया...."

"होय, नाहीतर म्हारड्याचे जोडे खाऊ इथं राहून? हरामखोर, पाजी! सगळा गाव नालायक आहे. बाँब फेकले पाहिजेत."

पसरला पदर तसाच ठेवून देवा धुळीत बसला होता. म्हाताऱ्याच्या मवाळपणानं भडकलेला कृष्णा खुनशीपणानं डॉक्टरकडं बघत होता. धापा टाकीत होता. बाजूला उभा असलेला चौगुला हलक्या आवाजात त्याला म्हणत होता, "ऐक, ऐक. अरं, असं कावून भागतं का? ...आं? शेणा असून असं का करतुयास?"

एवढ्यात छकडा जोडायला गेलेला अमीन धावत आला. घाईनं बोलला, "बैल पळाला, हुजूर!"

"पळाला? तू काय मेला होतास का?"

एकच धांदल झाली. पाटील कृष्णावर ओरडला, ''बघतोस काय, किस्न्या, पळ, पैल बघ!''

कृष्णा जागचा हलला नाही. विस्कटलेलं मुंडासं उलगडून बांधत बोलला, ''मरंना का तिकडं बैल. मला सुख का दुख.''

पोराच्या या उत्तरासरशी देवा पुन्हा धावला. कृष्णाचा दंड धरून आर्जवानं बोलला, ''जा, जा किस्न्या, पळ. अरं, का असा जीव खातुयास माजा?''

धरलेला दंड झटक्यानं सोडवून घेत कृष्णानं बापाला डाफरलं, ''तू गप, देवा!''

मग म्हातारा गंभीर झाला. त्याची हनुवटी गळ्यात रूतली. खांद्यावरचं घोंगडं बोटानं चुरगाळीत तो बोलला, ''बराय, मी जातू.''

– आणि काठी सावरून निघालाही.

साठीच्या घरात आलेला म्हातारा बैलामागं धावायला निघाला तेव्हा कृष्णा हलला. बापाला थांबवून म्हणाला, ''म्हातारपनी तुझ्याच्यानं होनार न्हाई, देवा. मी बघतो.''

चार

रात्र झाली. देवा महाराच्या घरात करंजीच्या तेलाचा दिवा ढणाढणा जळू लागला. कृष्णाची सुगरण बायको रखमा चुलीपुढे बसून गाडग्यात कोरड्यास शिजू घालू लागली.

कानांवर केसांची झुलपं आणि कपाळावर शिंगरासारखी शेंडी असलेला बिंच्या अंगात बिनबाह्यांचा कोट अडकवून दिव्यापाशी बसला होता... खोपटाच्या खडबडीत भिंतीवर बोटांची सावली पाडून तो हरण करीत होता. त्याच्या शेजारी भावाच्या कसबाकडं कौतुकानं बघत नागडी रश्शी मांजरासारखी बसली होती. दोन्ही हातांचे पंजे एकमेकांत गुंतवून बिंच्यानं त्याचं पाखरू केलं आणि बहिणीला तो मोठमोठ्यानं सांगू लागला, "रश्शे, रश्शे, पाखरू बघ, पाखरू. हां!"

रश्शी हरखली. उघडं बूड जमिनीवर आपटीत म्हणाली, "अगं बया, सादमूद शिनिमामावानी दिसतंय."

आपला अभिप्राय केवळ बिंच्यापाशी बोलून तिचं समाधान झालं नाही. उघडं पोट हातानं बडवीत ती आईपाशी गेली, "आय, आय, शिनिमामा बग!"

तसा बिंच्या तिच्यावर ओरडला, "शिनिमामा न्हवं, येडे, शिनिमा."

रखमानं लेकीला काखेत हात घालून जवळ घेतलं. तिच्या कपाळावर आलेल्या झिंज्या सावरून तिच्या फुगऱ्या गालाचा मुका घेतला. ती बोलली, "खेळा, खेळा. तवर हुतंया माझं कोरड्यास. गनाकाका आला की, बसा भाकरी खायाला. हां?"

रश्शी परत बिंच्यापाशी जाऊन बसली.

"बिंच्या, मला आता हूट दाव, हूट."

हात वेडेवाकडे करून बिंच्या उंट करायचा प्रयत्न करू लागला.

तोवर बाहेर खुळखुळा वाजला.

रश्शीनं डोळे मोठ्ठे करून भावाला म्हटलं, "बिंच्या, किस्ना आला."

"न्हवंच, देवा आला. किस्नाच्या काठीला घुंगरू कुठाय?"

वादाचा निकाल लावण्यासाठी ती दोघंही दारात धावली. देवा दिसताच त्याला बिलगली. म्हाताऱ्या देवानं 'ल्योको, ल्योको' करीत त्यांना गोंजारलं. घोंगड्याच्या खोळेतून आणलेल्या शेंगा

त्यांच्यापुढे ओतल्या.

"खावा अं, खावा गुलामांनू! वाढू द्या पाटलाची दौलत, जाऊ द्या म्हारापोरांच्या तोंडात घास!"

पोरं शेंगांवर तुटून पडली.

देवाचं शरीर खाल्लं-प्यालेलं होतं. अंगापिंडानं तो चांगला जवान होता. त्याचा जबडासुद्धा वाघासारखा होता. भल्यामोठ्या मिश्यांनी तो अधिकच मोठा वाटे. पण अशा मोठ्या चेहऱ्यावर मगरूरी वा उद्दामपणा नव्हता... अपार सात्विकता होती. देवा खरोखरीच मोठा सज्जन महार होता.

देवानं पागोटं काढून खुंटीला अडकवलं. फाटक्या बाराबंदीचे बंद सोडीत सुनेला म्हटलं, "यातल्या शेंगा काढून ठेव गं, उलीशा. सनवार हाय तुझ्या दाल्ल्याचा –त्याला होत्याल्या. आला न्हाई रं पोरांनू, तुमचा बा?"

यावेळपर्यंत बिंच्यानं कोटाचे खिसे शेंगांनी भरले होते. रश्शीच्या अंगावर काही नव्हतं, त्यामुळे गजगे घ्यावेत तशा हाताच्या कोंडाळ्यात शेंगा घेऊन ती बसली होती. देवाच्या प्रश्नावर बिंच्या लाडिकपणानं बोलला, "न्हाई... देवा, आला न्हाई बाबा अजून. आमाला भुका लागल्यात्या, बग."

मग देवा कळवळला. सुनेकडे मुखवटा फिरवून म्हणाला, "अगं, तुकडा देऊनेस का लेकरांस्नी? आं?"

रखमानं पदर ओढून घेतला.

"येत्याल की आता. मग खात्याल समदीच!"

"तसं कसं? लेकरांस्नी दे अगुदर. भूक कवळी असती त्येंची!"

– आणि सुनेची वाट न बघता त्यानं शिंक्यावरचं टोपलं काढलं. तराळाचा हक्क म्हणून मागून आणलेल्या भाकरीचे तुकडे पोरांच्या हातात दिले.

"घ्या, दाबा चटणीसंगं. बामणाघरच्या चपात्या हैत, ह्याबी खावा."

पोरं खाऊ लागली. गुडघ्यांवर हात देऊन देवा उठला, तशी सून बोलली, "तुमी बी खावा की, जी. भुका लागल्या असत्याल्या. ते जेवत्याल भाऊ-भाऊ आल्यावर!"

"आं? धाकलाबी आला न्हाई अजून?"

"न्हाई, जी. तक्क्याकडं गेलं काय की जनू दाजीबा?"

"तक्क्याकडं नसंल, तो यदूचा बावऱ्या आलाय म्हमईसनं. त्येच्याकडं गेला आसंल आढळायला. येऊ दे, येऊ दे दोगांस्नी – त्येंच्याबरोबर खाईन मी!"

"नगं, तुमी घ्या खाऊन. भुका सोसायच्या न्हाईत तुमांस्नी. ते काय, जवान हैत."

खापराच्या वेळणीत शेरडीच्या दुधाचा आणि ताज्या भाकरीचा काला रखमानं

केला आणि सासऱ्यापुढं सारला. देवाला आता चावत नव्हतं. त्याच्या जबड्यातले दात आता म्हातारपणामुळे अधू झाले होते.

अपरं धोतर सावरीत देवा भुईवर बसला आणि काला बघून म्हणाला, "अगं अगं, दूध कशाला खरचलंस माझ्यापायी. ह्या पोरांस्नी घालायचं सोडून? आमचं काय आता, ढासळलेलं खिंडार. मातीसंगं मिळायचं एखाद्या दिशी? पोरांस्नी घालावं."

त्यावर सुनेनं समजूत घातली, "मस्त हाय. त्येस्नी ठिवलंया मी. तुमी खावा."

पण देवाला राहावलं नाही. काल्याचा एक-एक मुटका त्यानं पोरांच्या हातावर ठेवला.

रखमाला ते पसंत पडलं नाही.

"ती खात्याली की कोरड्याशासंगं. तुमी घ्या."

सून आपल्याला जपते या जाणिवेनं देवाला आनंद झाला. त्याच्या भरघोस मिश्यांतून थोडकं हसू फुटलं, "अगं, माजं कशाला म्हातारपणी लाड?"

देवा आसं बोलताच रखमाला आठवण झाली... सासूचे शब्द स्मरले. ती बोलली, "सासूबाय सांगून गेल्यात्या मरताना – नीट संबाळ सासऱ्याला, म्हनून."

रखमा बोलून गेली आणि बायकोच्या आठवणीनं म्हातारा हलला. घास तोंडातच फिरवीत म्हणाला, "भरल्या कपाळानं गेली ती... तिच्या म्हागारी काय उणं पडू दिलं न्हाईस पोरी. रामाचं राज नांदवलंस घरात!"

म्हातारा असं बोलला आणि संतापलेला कृष्णा बाहेरून आला. आला, तो बडबडतच – "कुणीबी टेपलावं चेंडवागत. म्हार झाला म्हणून त्येला काय जीव न्हाई काय? त्यो काय जनावर हाय काय?"

या बोलण्यानं रखमा चरकली. उठून नवऱ्यापाशी आली.

"या बया! का झालं, वं?"

देवानंही मागं वळून बघितलं. पोराचं कपाळ फुटून रक्तबंबाळ झालेलं दिसलं. तसा तोही उठला आणि कृष्णापाशी आला.

"का झालं रं पोरा? डोस्कं कशानं फुटलं, आं?"

कृष्णा चिडला होता. बापाला त्यानं नीट उत्तर दिलं नाही.

"काय हुयाचं हाय? डागदाराचा बैल भवला. धराय गेलो, हानलं शिंग. मालकापरीस जनावर वाढ. बरंच्या बरं, न्हाईतर मुडदाच बघायचास तू माजा!"

"सबूर, सबूर. आरं, असं कातावून भागत न्हाई पोरा. सरकारी इनाम खातोय. कामं कराय होवीत!"

"आगं लाव त्या इनामाला. पेटव! मी श्याप सांगतो देवा, मला नगं ही तराळकी. पायजेल तर गनाकडं दे, न्हाई तर तू कर. माज्या हातनं मातुर होनार न्हाई!"

“ऐक, ऐक. राग थंड हू दे पयला – मग बोल माज्यासंगं. ते कपाळावरचं रगात धू. त्येला चिंदी बांध. आन्, ए पोरी, हेला फराळाचं व्हाड गं!”

“मला न्हाई खायाचं, मी जातू तक्क्याकडं. उद्या गनाला दे चावडीवर पाठवून. माज्याच्यानं तराळकी व्हनार न्हाई!”

हातातली भाल्याचा फाळ लावलेली काठी फेकून संतापलेला कृष्णा खोपटाबाहेर पडला.

रखमा दारातनं ओरडली, “अवं, कपाळावरच्या खोकंत पानकनीस तरी भरू दे की!”

पण कृष्णा मागं फिरला नाही. बायकोवर खेकसला, “समद्या काळजाला भोकं पडलीत... कुटं कुटं म्हणून पानकनीस भरशील?”

– आणि मागं वळून न बघता तो चालू लागला. देवानंही मागनं ‘पोरा, पोरा,’ म्हणून हळ्या दिल्या आणि पोरानं ऐकलं नाही तेव्हा मान हलवून तो स्वत:शीच पुटपुटला, “लई हिरवट पोरगं! कसं हुयाचं ह्येचं, राम जाणं!”

बाहेर पडला तसा कृष्णा झपाट्यानं तक्क्याकडं निघाला. त्याचं डोकं तापून गेलं होतं. वाटेतच गणा भेटला. सदा वाण्याच्या दुकानात चार वैरणीच्या पेंड्या देऊन त्याच्या बदल्यात तो साबुदाणा घेऊन आला होता. अंधारात कृष्णाला त्यानं ओळखला, “कोन, दादा काय?”

“व्हय का?”

“कुटं निघालास?”

“जातो मसणवाटंत!”

“आं? असं रं का? फराळी केलीस का? हे बग, साबूचं तांदूळ घेऊन आलुया मी.”

“मला नगं काय.”

“का... कातावला हैस?”

“काय न्हाई!”

भावाचं कशात बिघडलंय, हे गणाला कळेना. ‘अरं पर, अरं पर,’ करीत तो उभा राहिला. कृष्णा थांबला नाही. झपाट्यानं निघून गेला. थेट तक्क्याकडं आला.

तक्क्यापुढच्या पारावर भोज्या आणि आकण्या बसले होते. कृष्णाला बघताच आकण्या म्हणाला, “या किसन. निवलं का न्हाई डोक्सं? आरं, उलटून बोलायचं न्हाई तसं अम्मलदाराला. चुकलं तुजं.”

तसा कृष्णानं त्याला डाफरला, “तू नगं शानपना सांगूस, आकण्या. दिसभर तेच चाललंया.”

मग आकण्या गप्प राहिला. तक्क्याच्या खांबाला टेकून कृष्णा उगीच बसून राहिला. आवाज बाहेर येत नव्हता; पण तो स्वत:शीच वैतागानं खूप बडबडत होता. डॉक्टरला आई-बहिणीवरनं शिव्या देत होता. म्हाताऱ्या देवाला धक्का मारून त्याच्या मऊपणानं आपल्याला कशा लाथा खाव्या लागतात, हे सांगत होता. रखमावर उगीचच्या उगीच कावत होता. 'एकवार पटकीनं मेलो, म्हणजे या यापातून सुटका होऊन, भुंडं कपाळ घेऊन तू सुखानं राहशील,' असं बोलत होता. समजूत घालणाऱ्या आकण्याला सुनवत होता, ''अरे, थुंकतो या तराळकीवर! मर्दासारखा मर्द आहे. कुठंबी कामधंदा करीन आणि पोट भरीन. हे शेळीचं जगणं जगणार नाही.'' नुसतं बोलतच नव्हता, तर कृष्णा सगळं करीतही होता. चावडीखाली ओढून त्यानं डॉक्टरला कुत्रं बडवावं तसा बडवला. तराळकीची काठी फेकून दिली. सरकारी नोकरीवर तो थुंकला आणि नशीब काढण्यासाठी घराबाहेर पडला. गोष्टीतल्या राजपुत्रासारखा मुशाफिरी करीत हिंडू लागला....

या मुशाफिरीत किती वेळ गेला, मंडळी केव्हा आली, आकण्या केव्हा गाणं म्हणू लागला आणि कृष्णा ढोलकीवर केव्हा बसला, कोण जाणे; पण गाणं रंगलं. आकण्या-कृष्णाभोवती महारमंडळींचं कडं पडलं. भक्त दामाजीसाठी पंढरीच्या पांडुरंगानं महाराचं रूप घेतलं आणि बादशहापुढे पैशांची रास ओतली, ही एक कथा ऐकता ऐकता सर्वांच्या हृदयाचे कांदे उन्मळून आले. मंडळी डोल डोल डोलली. कृष्णाच्या डोक्यातून साऱ्या कटकटी निघून गेल्या.

या तंद्रीत मुंबईकर बावऱ्या केव्हा आला आणि केव्हा त्या मंडळींत बसला हे कुणालाच कळलं नाही. गाणं संपताच तो बोलला, ''शाबास, शाबास. किस्ना, बेष्ट वाजिवलास बरं का तुकडा!''

मग सर्वांच्या माना वळल्या. मंडळी 'म्होरं या, म्होरं या' करू लागली. बावऱ्यासारख्या वजनदार असामीनं मागं बसावं ही गोष्ट त्यांना पटेना. त्यांना बावऱ्यानं सांगितलं, ''अरं, का उगंच या, या करताय? मीबी तुमच्यातलाच हाय; येगळा न्हवं.''

त्यावर कृष्णा हिकमतीनं बोलला, ''यगळंच तर काय! बावऱ्यानाना, दोन्हीबी कातडीच असत्याती; पर एक पाकीट होऊन खिशात बसतंया, आन् दुसरं पायताण होऊन पायी ऱ्हातंया!''

कृष्णा आपल्या हुशारीच्या बोलण्यावर खूश झाला. मंडळींनाही त्याचं बोलणं पटलं; पण बावऱ्याला पटलं नाही. तो म्हणाला, ''तसं न्हवं, किस्ना. आपल्या-आपल्यात असं बोलणं खरं न्हवं.'' आणि आपल्या भाषणाला टेकू मिळावा म्हणून त्यानं धोंडीमामाला मोठेपणा दिला, ''कसं, धोंडीमामा?''

धोंडीमामा म्हातारा होता. खाकरला आणि सावकाशीनं बोलला, "लई गुनाचा निघालास, बावऱ्या. न्हाईतर मंबईला गेल्यावर इकतं सरळ कोन बोलतंया?"

मुंबईला गेला की, गावात चारजणांशी मिळून वागणारा महार पार बदलून गावी परत यायचा, असा धोंडीमामाचा अनुभव होता. खळणी कापडं घालून, हातात लोखंडी दांड्याची छत्री घेऊन, काळे बूट वाजवीत उगीच चावडीपासून घरापर्यंत येर-झारा घालायच्या, कंट्री महारांशी नीट बोलायचं नाही. बोललं तर आपण कुणीतरी फार मोठे आहोत आणि ही महारं केरकचरा अशा समजुतीनं बोलायचं अशी लक्षणं मुंबईहून चार दिवसांच्या रजेवर येणाऱ्या महारांत हमेशा दिसत. पण बावऱ्यानाना तसा नव्हता. मोठा गुणी होता.

मग कृष्णानं विचारलं, "आता कंचं काम धरलंयास मंबईत?"

"जाबर हाय गिरनीत!"

"मग मधीआधी बरी सवड घावली गावाकडं याया?"

"आलो रजा काढून. खोताची जिमीन निघालिया इक्रीला. ती घेवावी, म्हणतोय."

"काय किंमत म्हनतोय खोत?"

"तीन हजार!"

"तीन हजार!" कृष्णाला आक्रीत वाटलं. एवढी रक्कम बावऱ्या महारापाशी आली कशी?

"इतकं पैसं घावलं, बावऱ्यानाना, मंबईत?"

कृष्णाच्या या प्रश्नावर बावऱ्या अभिमानानं बोलला, "आरं, आठ सालं काढली की तकडं. मग इकतंबी घाऊनेत का?"

कृष्णाला अचंबा वाटला. मंडळींना बावऱ्याच्या कर्तुकीचं कौतुक वाटलं. त्यांच्या चेहऱ्यावर ते दिसताच बावऱ्या पुढे बोलला, "ततं कमवायचं आन् हतं घालायचं."

मग मधेच आकण्यानं विचारलं, "पर मंबईत खड्डं लई असत्यात, म्हनं!"

"होय, असत्यात; पर आपुन बघून चालल्यावर काय करत्यात ते?"

मग कृष्णाला राहवलं नाही. मोह झाला. त्यानं सटक्यानं बावऱ्यापाशी शब्द टाकला, "मला नेशील का बावऱ्यानाना मंबईला?"

कृष्णा हे थट्टेनं नव्हे, मनापासून बोलला हे बावऱ्याला उमगलं. तो हातवारे करून म्हणाला, "आरं, मी कशाला न्यायला पायजेल? कसब हाय तुज्या बोटांत. नुसता ढोलकी वाजवत ऱ्हायलास, तर पोत्यानं पैका कमावशील."

भोज्या महाराला बावऱ्याचं हे बोलणं पटलं नाही. बावऱ्यानं पैसा कमावला, तो मानाच्या जागी राहून. पण कृष्णानं – रामनाक महाराच्या वंशातल्या पोरानं – मुंबईला जावं आणि ढोलकी बडवून त्यावर पोट भरावं हे खरं नव्हे. मान हलवून

त्यानं आपला अभिप्राय दिला, ''हॅ-हॅ, वंगाळ धंदा त्यो!''

त्यावर मुंबईत राहून शहाणा झालेला बावऱ्या बोलला, ''धंदा वंगाळ नसतो, भोज्या. मानसं वंगाळ असत्यात! सांगितलं न्हवं – आपुन डोळं उघडं ठेवून चाललं, म्हंजे काय होत न्हाई, जात न्हाई!''

अशी बोलणी झाली. बावऱ्यानं मुंबईबद्दल खूप सांगितलं. तो अमकातमका नीट वागला नाही, दारू पिऊ लागला आणि फोरास रोडकडं जाऊ लागला, तेव्हा त्याची दशा कशी झाली, तो फलाणा एका कापडानिशी आपलं खेडं सोडून मुंबईत आला, आपण त्याला साहेबाला सांगून गिरणीत काम दिलं, चार-आठ वर्षं त्यानं कसं कसून काम केलं, विडी-काडीलासुद्धा कसा वायफळ पैसा खर्चला नाही, कसा शिलकी टाकला आणि खेड्यावर जमीन कशी केली, घर कसं बांधलं... बावऱ्या लाख बोलला. त्याबरोबर इतरांनीही काही ऐकीव गोष्टी सांगितल्या. कुणी मुंबई बरी म्हणून दाखले दिले, कुणी मुंबई म्हणजे नरक म्हणून पुरावे दिले. बऱ्या-वाईटाची चर्चा झाली. बावऱ्याच्या खुलाशानं कुणी गप्प झालं, तर कुणी शेवटपर्यंत हटवादी राहिले. आपल्या म्हणण्याला चिकटून बसले. विषयाला फाटे फुटले आणि मुंबईच्या ट्रामपासून गावात कुणी नवी बैलगाडी केली, इथपर्यंत गप्पांचा ओघ आला. इतक्यात गणा चावडीवर आला आणि काकुळतीनं कृष्णाला बोलला, ''दादा, साबूची खीर केलीया. घरी चल की. व्हंजी जेवली न्हाई, म्हातारा जेवला न्हाई. असं का करावं रं?''

मग बावऱ्यानं कृष्णाला डाफरला आणि ''जा, जेवून ये, जा.'' म्हणून घरी धाडला.

रखमा उदासवाणी चुलीपुढं बसून राहिली होती. म्हातारा देवा नातवंडांना थोपटून झोपवत होता. दोघांचीही तोंडं वाळून गेली होती. नवऱ्याला त्रास झाला म्हणून रखमा कष्टी झाली होती. पोराच्या वागणुकीनं देवा थोडाफार कावला होता.

दणदण पाय आपटीत कृष्णा आणि त्याच्या मागोमाग गणा आला. गणा थेट आत गेला आणि रखमाला म्हणाला, ''दे आमाला भाकरी, आला दादा.''

रखमा मुकाट्यानं उठली. पण कृष्णा आत आलाच नाही. मुंडासं उशाला घेऊन बाहेरच्या बाजूला जमिनीवरच आडवा झाला. अंगावर असलेल्या धोतराच्या निऱ्या फेडून त्यात स्वत:ला गुरफटून पडला. बोलला नाही, का काही नाही. त्याच्या मनातला राग अजून नीट निवला नव्हता.

मग नातवंडांच्या अंगावर घोंगडं टाकून देवा उठला आणि कृष्णाच्या उशाशी आला. त्याच्या अंगावरून हात फिरवीत म्हणाला, ''पोरा, अशी राख घालू ने टकुऱ्यात. तुला ताप झाला, पटतंय मला; पर आमी बी असंच दिस काडलं. झाला

न्हवं सौंसार आमचा? वाड-वडील वागलं, तसंच आपल्यालाबी वागलं पायजे. ऊट, उपाशी निजू नगंस."

देवाच्या हाताखाली कृष्णाचं अंग शहारून आलं. त्याचा घसा दाटला, पण तो उठला नाही. मग देवा पुन्हा म्हणाला, "ऊट, माज्या लेकरा. पोरगी उपाशी हाय. धाकल्यानं बी काय खाल्लं न्हाई. लाख मिळंल लेका, पर ही घरची माया मिळायची न्हाई. ऊट!"

देवानं उठवून बसविला तेव्हा कृष्णा उठला. निऱ्या खोचीत म्हणाला, "मला नगं ही तराळकी."

पण आता त्याच्या बोलण्यात मगरूरी नव्हती. लहान पोराचा हटवादीपणा होता. तो देवबाला उमगला. पोराची पाठ थोपटीत तो बोलला, "नगं, तर राहू दे, मी करीन जिवात जीव हाय तोपतूर."

मग गणाही पुढं झाला आणि भावाच्या हाताला धरून म्हणाला, "पुरं आता दादा, चल जेवाया."

"मला नगं, तू जेव."

"तसं कुटं असतंया का? तुझ्या अगोदर जेवलो, तर भाकरीला चव न्हाई लागायची. बाबा थकला. घरचा मालक तू आता – तुज्या मागं आमी. आरं, मुकी हरनं सुदीक काळविटाच्या मागनं जात्यात!"

मग तावातावानंच कृष्णानं चार घास खाल्ले आणि मुंडासं गुंडाळीत तो रखमाला म्हणाला, "मी जातो तक्क्याकडं झोपायला. बावऱ्यानाना आलाय."

/ पाच /

सकाळी रखमा शेळीची धार काढीत होती. रश्शी आणि बिंच्या कोकरांची टक्कर लावीत होते, तोच महारवाड्यात कुत्र्यांचा गलगा झाला. त्या गलग्यातूनच आरोळी उठली, "सुया, बिबं, नाचकान... घ्या गोंदून."

पोरं खेळायची थांबली. रश्शी धावत रखमापाशी आली. बोलली, "आये, चांद काढून घ्याचा माज्या कपाळावर."

तशी रखमाही मोठी हौशी होती. आपल्या गरिबीच्या संसारात घडतील तेवढ्या हौजा-मौजा ती करीत असे. शेरडीच्या कासंला पाणी लावीत ती बोलली, "बलीव तिला."

पोरगी आनंदानं पळाली. गोंदणारणीला घेऊन आली. डोक्यावरची पाटी उतरीत तिनं विचारलं, "का घ्याचं हाय बाई?"

रखमा म्हणाली, "माज्या पोरीच्या कपाळावर चांद काढ."

मागून तंटा नको म्हणून गोंदणाऱ्या बाईनं आपला दाम अगोदरच सांगितला. ती या कामाबद्दल दोन आण्यांचे पैसे घेणार होती. रखमाला तिची मागणी मंजूर झाली नाही. दोन आण्यांचे पैसे ही काही थोडीथोडकी रक्कम नव्हती. एक-दीड भाकरी आणि चटणीच्या बदल्यात तिनं गोंदावं असं तिचं म्हणणं होतं. पण ती बधेना. आता मागलं दिस गेलं, म्हणून रखमालाच सुनवू लागली. रखमाला तिच्या मगरूरीचा राग आला. तिनं चक्क सांगितलं, "आमाला नगं तुजं गोंदनं बाई, जा!"

त्यावर गोंदणारी फणकारली, "ए बाई, मग उगंच का हेलपाटा दिलास मला?"

"अँ? लई कामाची पडलीस का न्हाई! दोडा –"

आईचं आणि गोंदणारणीचं भांडण व्हायला लागलं तसा रश्शीचा जीव थोडा थोडा होऊ लागला. कपाळावर चांद काढायची तिची हौस पुरी होण्याची लक्षणं दिसेनात. तेव्हा ती रखमाच्या पदराला झोंबू लागली.

मग गणा आतून आला आणि कनवटीची दुणेली काढून रश्शीच्या हाती देत म्हणाला, "हं, हे घे. काड म्हनावं, चांद तिला."

दिराच्या या उधळपणाचा रखमाला राग आला नाही. कौतुकानं ती बोलली, "बरं की पैकंवान झालं दाजीबा!"

त्यावर रश्शीचा मुका घेत गणा बोलला, ''एवडा बी हाट पुरवायला नगं का पुतनीचा?''

मग रखमाला आठवण झाली. शेरडीचं दूध पिऊन जाण्याविषयी तिनं दिराला आठवण दिली; पण दादा आल्याशिवाय गणा दूध प्यायला तयार होईना. 'दादा येऊ दे' म्हणू लागला, तशी रखमानं सांगितलं, ''त्यांचा पत्त्या न्हाई. रात्री तक्क्यात गेलेत, ते अजून आले न्हाईत.'' गणाला त्याचं विशेष वाटलं नाही. रात्रभर ढोलकीच्या तालात डुलले असतील आणि आता झोपा काढीत असतील, अशा समजुतीनं तो निर्धास्त होता, बिनघोरी होता. कामाच्या ओढीनं तो मळ्याकडं निघून गेला.

हौसेहौसेनं रश्शीनं कपाळ पुढं केलं, पण सुई बोचली तशी ती किंचाळून बाजूला झाली.

''मला नगं बाई. मला बाई दुखतंय.'' म्हणून नाचू लागली.

मग रखमा म्हणाली, ''अगं, कशाचं दुखतंय? हे बग, मी घेते –'' आणि त्या बाईपुढे हात करून बसली.

''गोंद ग बाई, आवर चटशिरी.''

''काय गोंदू? तुळशीचं पान?''

''न्हाई, धन्याचं नाव!''

गोंदणाऱ्या बाईला रखमाच्या धन्याचं नाव कसं कळणार? तिनं रखमाला विचारलं, पण नवऱ्याचं नाव घ्यायचं कसं? तोंडाला पदर लावून लावून रखमा लाजली. बिंच्याला म्हणाली, ''सांग रं बिंच्या.''

''काय?''

''बाचं नाव सांग तुज्या!''

''बाबा.''

त्यावर लटक्या रागानं रखमा बोलली, ''आं, बाबा कसं आसंल?''

पण गोंदणारणीला हे उखाणे-पाखाणे परवडण्यासारखे नव्हते. कपाळाला आठ्या घालून ती बोलली, ''सांग बया बिगी, उशीर हुतुया मला.''

मग रखमानं बिंच्याचा नाद सोडला.

''देवाचंच नाव हाय बया.''

''संकर?''

''न्हवं, गोकुळातला देव!''

''मुकिंदा?''

''न्हवं.''

''गोपाळा?''

''त्येबी न्हवं.''

मग इतका वेळ आळीपाळीनं आई आणि गोंदणारीण यांच्या तोंडाकडं पाहणाऱ्या बिंच्याच्या डोक्यात एकदम प्रकाश पडला. टाळ्या पिटून तो ओरडला, "मी सांगतो आये. ढोलकीवाला किस्ना, किस्ना!"

तशी रखमा पुन्हा लाजली. गोंदणारी बाई खुदुखुदू हसली, तेव्हा तिला म्हणाली, "हसायला ग का झालं? लगीन झालं न्हाई जनू तुझं?"

गोंदणारणीच्या कपाळावर पुन्हा आठ्या पडल्या.

"मस्त चारदा झालंय. मला न्हाई नवलाई नवऱ्याची!" असं ठसक्यात म्हणून ती गोंदू लागली. रखमाच्या उघड्या हातावर कृष्णाचं नाव चोचू लागली. तेवढ्यात चौगुला तरातरा आला आणि रागानं हळ्या देऊ लागला, "किस्न्या, एऽ किस्न्या तराळ...."

रखमा पदर सावरून म्हणाली, "का वं? न्हाईती घरात."

"आं? पाटील आरडायला लागल्यात तकडं. काम कुनी, त्येच्या बानं करायचं काय?"

घरामागच्या आडावर अंघोळ करून देवा येत होता. त्यानं चौगुल्याचं बोलणं ऐकलं आणि बेतानं म्हटलं, "आजपतूर त्येचा बाच करीत आला की! का तावलाय, वं चौगुले?"

"पाटलानं साल काडली आमच्या पाठीची. तालुक्याला जायाचं हाय टपाल घेऊन. कुटाय किस्न्या?"

"तक्क्यात निजला आसंल!"

"आं? दिस कासराभर आला तरी निजलाय? रावसाब हाय काय?"

देवा मान हलवून सावकाशीनं उत्तरला, "न्हाई, हाय म्हारच; पर त्येला का कळतंय पोराला? व्हा म्होरं तुमी. मी देतो धाडून त्याला चावडीकडं."

चौगुल्याला वाटेला लावल्यावर देवानं हातावर गोपीचंदन घासून कपाळाला गंध लावलं, बाराबंदी घातली आणि पोराला उठविण्यासाठी तो तक्क्याकडं आला.

चारचौघं मंडळी दात घासत उन्हाला बसली होती. त्यात कृष्णा दिसला नाही. तक्क्यातली अंथरुणंही गोळा करून खुंटीवर टाकली होती. तेव्हा देवानं विचारलं, "अरं भोज्या, किस्ना कवा गेला उठून?"

पण भोज्यानं सांगितलं तो रात्रभर नव्हताच. गणानं बोलावून घरी नेला तसा इकडं आलाच नाही. मग म्हातारा चरकला. तक्क्याच्या खुंटीवर ढोलकी दिसली नाही. मंडळींकडून कळलं की, दुसऱ्यानं कुणी नेली नाही. म्हाताऱ्याच्या छातीत धपका बसला. पोराची चौकशी करीत तो गावभर हिंडला, मळेखळी फिरला. पण पत्ता लागला नाही. तेव्हा त्याची खात्री झाली, पोरगं रागारागानं गाव सोडून गेलं. गेलं कुठं तरी डोक्यात राख घालून!

खालच्या मानेनं देवा घरी आला आणि सुनेला म्हणाला, “रखमा, काठी दे किस्नाची!”

रागरंग कळून रखमाही दचकली, “आँ, त्ये कुठं गेलं?”

“गेलं पोरगं कुठं तरी टकुरं फिरवून. तक्क्यातली ढोलची न्हाई जाग्यावर!”

हे ऐकताच ‘आरं माज्या कर्मा!’ म्हणून रखमा खालीच बसली.

चौगुला पुन्हा बोंबलत आला, “आता का वाजंत्री पायजे काय रं तुमाला? पाटलानं व्हळी पेटवलीया चावडीवर....”

तसा मुकाट्यानं देवा चावडीकडं जाऊ लागला. रखमा मागून काकुळती येऊन म्हणाली, “पर हेंचा तपास?”

देवाचा घसा भरून आला.

“धाकल्याला सांग. मी येतो सरकारी काम उरकून...” एवढंच बोलून तो निघून गेला.

रखमाला वेड्यासारखं झालं. रश्शी-बिंच्याला पोटाशी धरून ती रडरड रडली.

दुपारच्या भाकरीला गणा घरी आला तेव्हा त्यालाही ही बातमी कळली. तोही मनात भ्याला; पण वहिनीला त्यानं तसं दाखवलं नाही. “गेलं आसंल जत्रंला, नाही तर कुस्त्याला. येईल चार रोजानं माघारी.” अशी त्यानं तिची समजूत घातली आणि तो पुन्हा कामावर गेला.

तो सबंध दिवस संपता संपला नाही. रखमाच्या जिवाला चैन पडली नाही. तिनं विचार कर कर केला आणि मग – “असं कसं जात्याल पोराबाळास्नी टाकून? येत्याल माघारी उद्या?” अशी स्वत:शीच समजूत घालून ती संध्याकाळची चूल पेटवू लागली.

तिन्हीसांजा टळून गेल्यावर देवबा तालुक्याहून परत आला. कृष्णा जवळपास गेला नाही, दूर गेला याची खात्री असूनही म्हाताऱ्याला राहावलं नाही. भिंतीला टेकून उगीच बसलेल्या सुनेला त्यानं विचारलं, “काय पत्त्या किस्नाचा?”

रखमा बोलली नाही. तिनं केवळ मान हलविली.

बिंच्या भुईवर लोळी घेत होता. तो धावत आला आणि आज्याच्या धोतराला झटत बोलला, “न्हाई आला, बग. कुठं गेला रं किस्ना?”

देवानं त्याला गोंजारला आणि तो लटकंच बोलला, “तालुक्याला गेलाय रं! ईल आता माघारा.”

मग रख्मा उठली. तिनं शेळीला कोंडा घातला, पोरांना भाकरी दिली. गणा

आणि देवा नीट जेवले नाहीत. पाण्याला आधार म्हणून त्यांनी कोर-कोर भाकरी खाल्ली इतकंच. सासरा रागेजंल या भीतीनं रखमानंही हात ओला केला.

रात्री आपल्या शेजारी दोन्ही पोरंच आहेत, आपलं माणूस नाही या जाणिवेनं रखमाला चरका बसला. मध्यरात्रीपर्यंत ती या अंगावरची त्या अंगावर होत राहिली. गेली कित्येक वर्षं तिच्या शेजारी झोपणारा कृष्णा आज गेला होता, न सांगता सवरता गेला होता.

सकाळ झाली आणि रखमा उठली. जागरणानं सुकलेली ती कामाला लागली. शेरडीला बाभळीचा पाला आणि पोरांना भाकरी; गणाला दूध आणि म्हाताऱ्याला काला आणि हे सगळं करता करता ती स्वत:शीच म्हणत होती, "येत्याल दोन-चार रोजांत. त्यांना तरी काय माया न्हाई?"

पण दोन-चार रोज उलटून गेले तरी कृष्णा आला नाही.

हळूहळू कृष्णाच्या नाहीशा होण्याची बातमी साऱ्या महारवाड्यात पसरली. कधी घरी न येणाऱ्या आयाबाया रखमाकडं येऊन घटका घटका बसू लागल्या. काळजीच्या स्वरात रखमाला तिचं माणूस कुठं गेलं ते पुसू लागल्या. मग रखमानं काळीज घट्ट केलं आणि ती सांगू लागली. लबाडच सांगू लागली की, "मंबईला गेल्यात, कामधंदा लागलाय तकडं. आन् आता रजा मिळाल्याबगार इकडं येनार न्हाईत."

ती अशी सांगत होती, तरी अजूनही तिला आशा वाटत होती की, पोराबाळांच्या ओढीनं कृष्णा एके दिवशी घरी येईल. निदान त्याचं खुशालीचं कार्ड तरी येईल; पण पंधरा दिवस झाले, थंडीचे दिवस सरले. होळी पेटली, रानातली उभी पिकं निघाली, खळी झाली, उलगडली तरी कृष्णा परत आला नाही. तेव्हा तिनं मनाला पक्कं सांगून टाकलं की, 'आता ते लवकर परत येत न्हाईत. जव्हा परमेसर बुद्दी दील, तवा येतील!'

मग एके दिवशी गणा देवाला म्हणाला, "त्येच्या मनात मंबईला जायचं लई हुतं. तकडंच त्यो गेला आसंल. मी जातो आन् तपास काढतो."

तसा म्हातारा मान हलवून आणि सुस्कारा सोडून बोलला, "आरं, येडा का काय तू पोरा? मंबई म्हणजे मानसाचा दर्या. त्यात त्यो तुला गवसायचा कसा? आता मन दगडावानी घट करून दिस ढकलायचं. जवा त्येची त्येलाच घरची सय ईल, तवा त्योहूनच घराकडं फिरकंल."

पाठीशी बोचकं आणि गळ्यात ढोलची अडकवून कृष्णा दादर स्टेशनवर उतरला आणि बावरल्या नजरेनं वरावरा हिंडू लागला. त्या ट्रामगाड्या, त्या मोटारी, ती चकपक कपडे घातलेली माणसं बघून त्याला कसनुसं वाटू लागलं. आजपर्यंत एवढ्या मोठ्या शहरात तो कधीच हिंडला नव्हता. इथं जागोजाग गगनाला भिडणाऱ्या इमारती होत्या, नाना जातींचे लोक होते – काळे, गोरे. झगे घातलेल्या बाया आपल्या माणसाच्या हातात हात घालून फिरत होत्या. पारशी बायांना लुगडी नीट नेसायला येत नसावी. रस्त्यानं जाणाऱ्या-येणाऱ्यांपैकी कित्येकजण मामलेदार, डॉक्टर असावेत; कारण त्यांचा पोशाख तसा होता. या माणसांच्या दर्यात कुठं जावं आणि कुणाला पुसावं हे कृष्णाला उमगेना. तो आपला उगंच इकडं-तिकडं बघत हिंडत राहिला. तलफ आली तेव्हा पानाच्या दुकानात गेला, तर एका पानाच्या विड्याला दुकानदार एक आणा सांगू लागला. या महागड्या मुंबईत माणसं कशी राहत असतील, याचं कृष्णाला नवल वाटलं. त्यानं पान खाल्लंच नाही. सुकल्या तोंडानं तो हिंडतच राहिला आणि मग जिवाचा धडा करून साधारणपैकी पोशाख केलेल्या एका माणसाला त्यानं चाचरत विचारलं, ''हकडं तमाशाची थेटरं हायती, त्यो डिलाय रोड कुटं असतो वं?''

तो माणूस भला निघाला. पाहुणा खेड्यातला आहे हे त्यानं ताडलं. तोही असाच आपलं गाव सोडून आलेला होता. कनवाळूपणानं त्यानं कृष्णाची चौकशी केली आणि रस्ता दाखवला.

टक्केटोणपे खात, चुकतमाकत कृष्णा डिलाईल रोडला आला. तोंड पार वाळून गेलं होतं, तेव्हा चहा तरी प्यावा या हिशेबानं एका हॉटेलापुढे आला आणि गरिबासारखा बोलला, ''वाईच च्या मिळंल का वं?''

ते मामा चिपळूणकरांचं शुद्ध उपाहारगृह होतं. गल्ल्यावर मामाच होते. नाकावरल्या चश्म्यातून कृष्णाकडे रोखून बघत कोकणी हेल काढून त्यांनी म्हटलं, ''च्या पी, हवे ते खा. त्याच्यासाठीच मांडून बसलोय ना हा पसारा?''

या बोलण्यानं कृष्णाला हायसं वाटलं. तो बाहेरच्या फळीवरच टेकला.

''मग आना एक शिंगल कोप.''

मामांनी पुन्हा मान खाली केली. चशम्यातून पाहण्यासाठी त्यांना तसं करावं लागे.

"देतो खरे; पण बाहेर का बसतोस? आत बैस."

त्यावर डोळे झाकून मुंडी हालवीत कृष्णा बोलला, "माझी जागा हतंच, देवा, म्हार हाय मी." आणि त्यानं हात जोडले.

पण कृष्णाच्या या बोलण्यासरशी मामा पटकन खुर्चीवरून उठले आणि कृष्णाच्या दंडाला धरून आत नेत म्हणाले, "महार का आहेस? मग पहिल्यांदा आत ये. हो... भलतंच व्हायचं शिंचं."

– आणि त्यांनी कृष्णाला नीट बाकड्यावर बसविला. मामा कायद्याला भिऊन वागणारे होते. पूर्वी महारांना कप बाहेर असे; पण आता कायदा निघाला होता. न जाणो, आपली सत्त्वपरीक्षा बघण्यासाठी एखादा पोलिसच वेश पालटून यायचा. कुणी सांगावं?

– आणि मग फिरून गल्ल्यावर बसत त्यांनी सखारामाला सांगितलं, "सखाराम, त्याला च्या दे कोपभर आणि बचकभर बिस्कुटंही दे हो. खाऊ दे."

सखारामनं दिलेला चहा आणि खारी बिस्कुटं खाता खाता मामांचं आणि कृष्णाचं बोलणं झालं. आपण कोणत्या गावचे, इथं कशाला आलो; सारं काही कृष्णानं सांगितलं. देवडीच्या जोश्यासारखा दिसणारा, बोजड नाकाचा मामा हा दिलानं भला माणूस आहे हे कृष्णानं हेरलं आणि संकोच टाकून तो त्याच्याशी बोलला.

बोलता बोलता चहाची ऑर्डर आली.

"मामा, थेटरात च्या पायजे पन्नास कप!"

"कोणते थेटर, शिनिमाचे, की तमाशाचे?"

"तमाशाचे."

तमाशाचं म्हणताच मामांनी हुकूम सोडला, "रे सखाराम, दूध कमी पन्नास कप भर, शेजारच्या चंद्रविलासात घेऊन जा."

थिएटराचं नाव निघताच कृष्णानं उत्सुकतेनं विचारलं, "तमाशाचं थेटर हाय काय जवळ?"

मामांनी म्हटलं, "हो, का? पायात चाळ बांधून नाचतोस काय?"

"चाळ नव्हं, हे काय, हाय की गळ्यात हत्यार!"

मग कृष्णानं मामाला एक तुकडा वाजवून दाखविला.

ब्राह्मण खूश झाला. सखारामला म्हणाला, "याला घेऊन जा थेटरात, चांगला कसबी आहे हो. आमच्या वालावलीच्या दाजी गुरवाच्या खालीच पण. जा घेऊन याला. म्हणावं, मामांनी धाडलंय. घ्या जमा करून याला तुमच्या गोंधळात."

– आणि कृष्णा थिएटरपाशी पोहोचला.

हे तमाशाचं थिएटर बाहेरून एखाद्या लाकडाच्या वखारीसारखं दिसत होतं. बाहेरच्या खांबावर लाकडी पाटी हलत होती. तिच्यावर ढोबळ अक्षरात लिहिलं होतं : 'चंद्रविलास तमाशाचं थेटर'. खांबाला टेकून आजच्या कार्यक्रमाचा बोर्डही होता. आज बारी मोगरीबाई इसलामपूरवाली आणि ढोलच्या तातेराव यांची होती. प्रवेशद्वाराशी बाकड्यावर मोगरी बसली होती. बत्तीच्या प्रकाशात तिची रंगेल कळी मोठी गुलजार दिसत होती. अंगात उलनचा कोट आणि डोईवर फॅन्सी पटका बांधलेला कंत्राटदार तिच्याशी गप्पागोष्टी करीत होता. वरचेवर तिच्या मऊ हातावर टाळी देत होता. तीही नखरेलपणानं हसत होती. हातातल्या टिचभर रुमालानं वरचेवर पानानं रंगलेल्या ओठांच्या कडा पुसत होती.

खिडकीत तिकिट-मास्तर तिकिटं फाडत होता. गिरणी-मजुरांचा तोबा उडाला होता, गलका झाला होता. आठ वाजायला आले होते आणि बारी उभी राहण्याला आता फारसा उशीर नव्हता.

हातातल्या कपबशा आणि किटली सांभाळीत सखाराम गर्दीतून पुढं झाला. कृष्णा त्याच्या मागोमाग गेला. मोगरीबाईला रामराम घालून सखारामनं सांगितलं, "हे ढोलचीवाले आलेत, काम द्या म्हणून. मामांनी धाडलेत."

मोगरीनं ऐटीत मान वळवून कृष्णाकडे बघितलं.

तो कसनुसं हसला आणि रामरामीसाठी चुळबुळला.

ओठांवर दोन बोटं ठेवून मोगरीनं पायालगत पिंक टाकली आणि चोथ्याचा गोळा डाव्या गालात आणून ती बोलली, "कंच्या गावचं हायेत?"

मग कृष्णा नेटानं बोलला, "जी, मी देवडीचा... रामनाकाची देवडी."

कृष्णाला नीट बोलणं सुधारणार नाही हे सखारामनं हेरलं आणि कानात ठेवलेली विझकी विडी चाचपीत तो बोलला, "बोटांत मोठी जादू आहे बाई. मामांनी तारीफ केली, म्हंजे बगा की! तुमच्या फडात शोभून दिसावा असा हाय."

वास्तविक सखारामला कृष्णाची तारीफ करण्यासारखं काही कारण नव्हतं. पण आपल्या मालकांनी धाडलेला माणूस जर काम न लागता परत आला, तर तो कमीपणा होता.

मामांचं या भागात चांगलं वजन होतं. गेले कित्येक दिवस तो ब्राह्मण या भागात होता. त्यामुळे त्याचा कनवाळूपणा सर्वांना लाभला होता. प्रथम भजी तळायला म्हणून ते नोकरीला राहिले आणि अंगच्या कर्तबगारीनं गल्ल्यावर बसले. 'इथे कमवायचे आणि भरायचे कोकणात', असा त्यांचा खाक्या होता. चिपळुणास त्यांनी हापुसाच्या दोन बागा आणि मंगलोरी कौलांचं घर उठवलं होतं. लोखंडी खुर्चीवर मांडी घालून विडी ओढत मामा आल्या-गेल्याला अगत्यानं बोलावीत,

चौकशी करीत, दासबोधातली वचनं सांगून 'कसे वागावे' यावर बरेच ऐकवीत. तमासगिरापासून मिल मॅनेजरपर्यंत मामांनी माणसं जोडली होती. 'ऐशी कळवळ्याची जाती, करी लाभावीण प्रीति', अशांपैकी मामा चिपळूणकर हा हॉटेलवाला होता.

मामांनी धाडलेला माणूस म्हणून मोगरीबाईनं त्याला परत पाठवायचा नाही असं ठरवलं. तिच्या फडातही एकच ढोलच्या होता. बायको-पोराच्या आजारीपणाचं निमित्त सांगून तो वरचेवर देशावर जात असे आणि त्यामुळे भाडोत्री ढोलच्या बघणं भाग पडत असे. दोघं असली, म्हणजे फेरावारानं काम करतील, खोळंबा होणार नाही या हिशेबानं मोगरीनं कृष्णाला ठेवून घ्यायचं ठरवलं आणि तातेरावची संमती घेतली.

हा तातेराव म्हणजे अंगानं गोल गरगरीत असलेला मोठा गुलहौशी माणूस होता. मोगरीचं आणि त्याचं सूतगूत होतं. कृष्णाला पायापासून तोंडापर्यंत न्याहाळून तो बाईला म्हणाला, ''घ्या की ठिवून. आजच्या दिस ट्रायल बगा आन् घ्या ठिवून.''

अशा तऱ्हेनं मुंबईत पाऊल टाकल्याबरोबर कृष्णाला काम मिळालं. मग चहा-पाणी झालं. तातेरावांनी दिलेलं पान चघळीत कृष्णा थिएटराच्या आतल्या अंगाला आला. कारण आता बारी उभी राहणार होती.

तातेरावच्या सूचनेवरून कृष्णानं खळणी कापडं घातली, कोच काढून पटका बांधला आणि तो बोर्डावर उभा राहिला. प्रेक्षकांतून शिट्या ऐकू येत होत्या. त्यांच्या आणि कृष्णाच्या मधे फक्त पडदा होता. वेळ होताच तोही उचलला गेला. कृष्णा थोडाफार बावरला होता; पण तातेरावनी त्याला धीर दिला.

''नर्व्हेस होऊ नका, किस्नाराव. द्या कडाका ठिवून.''

मग दोन्ही हातांच्या तळव्यांवर थुंक टाकून कृष्णानं कडाका ठेवून दिला. नमन झालं आणि मोगरीबाई आणि एक बिट्टी पोरगी बाहेर आल्या. त्यासरशी लोकांनी एकच गोंधळ केला. वाकून मुजरा करून मोगराबाईनं तो स्वीकारला आणि खोचलेला पदर ठाकठीक केला. गौळणी मथुरेच्या बाजाराला निघाल्या. पेंद्या आडवा आला. गौळणींची आणि त्यांची बाचाबाची झाली. मग कृष्णदेव पुढे झाले आणि त्यांनी आपल्या स्वरूपाची ओळख करून दिली.

गणगौळण संपली आणि प्रेक्षकांतून एक चवली आली.

ती चिमटीत धरून तातेराव खड्या आवाजात बोलला, ''या चवलीचं म्हननं असं हाय की, नवीन ढोलच्याच्या संगतीत नवी लावणी झडली पाहिजे!''

मोगरी हनुवटीला बोट लावून म्हणाली, ''हो, हो, झडली पायजेल!''

''बाई!''

''काय म्हनता तातेराव?''

"म्हननं असं हाय की, शिनेमावाल्यांनी आजकाल शिनिमांत लावन्या घालून आपल्या पोटावर पाय आनलेला हाय; पन फडातला थाट पडद्यावर येनार न्हाई. कसं?"

यावर मोगरा ठसक्यानं म्हणाली, "बराबर हाय. अस्सल ते अस्सल; आन् नक्कल ते नक्कल."

"हां, मग होऊन जाऊ दे आता एक अस्सल. ढोलचीवाले, नर्व्हेस होऊ नगा – हाणा तोडा!"

– आणि मग मोगरी भिंगरीसारखी फिरून गाऊ लागली.

"हो... जाळीमंदी पिकली करवंदं...."

कृष्णाची भीती कुठल्या कुठं पळाली. पवित्र्यात उभा राहून तो ढोलचीवर बारीक काम करू लागला तसे लोक ओरडले, "भले ढोलचीवाले!"

गाण्याला रंग चढला. चाळ घातलेले पाय ठसकावित मोगरी विजेसारखी हलू लागली. तिचा पाय जमिनीवर ठरेना. तिचं गोरं अंग असं लचकू, असं मुरकू लागलं की, बघणाऱ्याच्या पायांखालचा आधार सुटला. ते अल्लाद तरंगू लागले. मोगरी म्हणू लागली,

'भर उन्हात बसली धरून सावली गुरं
नाही चिंता त्यांची तिन्हीसांजपातुर
कुणी बघत नाही, तो चल, गडे, लौकर
दऱ्या-टेकड्या चला धुंडु या होऊनी बेबंद
जाळीमंदी पिकली करवंदं –'

लावण्यांवर लावण्या झडल्या. कृष्णानं कमाल केली. लोक बेफाम खूश झाले. बारा वाजले आणि बारीची वेळ संपली. तातेरावनं 'जनतेनं असाच आधार द्यावा', म्हणून भाषण केलं आणि इतका वेळ पिकल्या करवंदांच्या जाळ्या हुडकीत दऱ्याखोरी धुंडणारे श्रोते कैफ आलेल्या स्थितीतच थिएटराबाहेर पडले – हसत, ओरडत, शिट्ट्या घालीत.

बोर्डाच्या मागच्या बाजूला होऊन कृष्णानं दम घेतला. ढोलची खाली ठेवून तो धोतराच्या सोग्यानं छाती, कपाळावरचा घाम पुसू लागला. नाचून नाचून दमगीर झालेली मोगरी छुमछुम करीत त्याच्यापाशी आली आणि बेशक तिनं कृष्णाच्या खांद्यावर आपला रेशमी हात ठेवला आणि तो चरकून बाजूला झाल्यावर ती त्याला म्हणाली, "किसनराव, बोटांत जादू हाय तुमच्या. काय मागाल, त्ये देते, माज्या फडात राहा. बालगंदर्वाचा तिरकवा अन् मोगरीचा किस्ना!"

दम लागल्यामुळे तिची छाती खाली-वर होत होती. गोऱ्यापान मुखड्यावर

घामाचे मोती चमकत होते. चमत्कारिक नजरेनं ती कृष्णाकडं बघत होती. त्याच्या होकाराची वाट बघत होती.

मग कृष्णा कसनुसं हसला – खोटं, भित्रं हसला आणि हात जोडून म्हणाला, ''मेहेरबानी हाय बाई तुमची!''

काम लागलं. मोगराबाई कृष्णावर खूश झाली. तिनं त्याची चौकशी केली. घरी कोण आहे, कोण नाही – कृष्णानं सारं सांगितलं. देवा, गणा, बिंच्या, रश्शी आणि रखमा – सगळ्यांची नावं सांगितली. गणा बामणावाणी दिसतो आणि बिंच्यासारखं हुशार पोरगं आख्ख्या महारवाड्यात नाही. रखमा बैठकीला चार-सहा पायली खपल्या कांडते आणि म्हातारा पोरं आल्याशिवाय तोंडात पाणी घेत नाही. भाबड्या कृष्णानं सारं सांगून टाकलं. जसं मामांना सांगितलं, तसं मोगराबाईला सांगितलं. तिनं सारं ऐकून घेतलं आणि ती कौतुकानं खुदखुद हसली. मग तिनं त्याच्या खाण्यापिण्याची, राहण्याची चौकशी केली. कृष्णानं मामाच्यात उसळ-परोठा खातो आणि थिएटरातच पडतो हे सांगितल्यावर ती हळहळली आणि म्हणाली, "असं वनवाशावाणी करू नका. माज्या खोलीत ऱ्हा. जेवा, खाबी ततंच."

कृष्णा संकोचानं 'नगं, नगं' म्हणू लागला. पण तिनं ऐकलं नाही. आग्रह करकरून त्याचं बोचकं आपल्या खोलीत आणवलं.

थिएटरापासून थोड्याफार अंतरावर स्पेशल तमासगिरांसाठी बांधलेल्या सिमेंटच्या चाळीत मोगरीचं बिऱ्हाड होतं. एका टिचभर खोलीत सारा पसारा होता. अंघोळीची न्हाणी तिथंच, स्वयंपाकाचा आडोसा तिथंच. झोपायचा छपरी पलंगही तिथंच. सोडून टाकलेल्या लुगड्या-ब्लाऊजनी, शेवगाठीच्या तेलकट कागदांनी, पानांच्या देठांनी आणि बिड्यांच्या तुकड्यांनी ही खोली हमेशा गिरमिटलेली असायची. त्या गळाठ्यातच कृष्णाचं बोचकं पडलं.

रात्री बाराच्या सुमारास बारी सुटल्यावर बाकीचे तमासगीर पायी परत येत. पण मोगरी कॉन्ट्रॅक्टरच्या मोटारीतून चाळीवर येई. आता ती सोबत कृष्णालाही आणू लागली. इतके दिवस तातेराव आणि मोगरी खोलीचं दार बंद करून आत झोपत. पण कृष्णा आल्यापासून तातेराव बाहेरच्या गॅलरीत, नाहीतर थिएटरात झोपू लागला. प्रथम प्रथम बाईमाणूस आत असताना तिथंच झोपायला कृष्णा संकोचायचा आणि 'मला फार गरम होतंय', अशी सबब सांगून गॅलरीत येऊन पडायचा. भीड जाईपर्यंत मोगरीनंही त्याला फार आग्रह केला नाही. पुढं मग खोलीचं दार वाऱ्यासाठी मोकळं सोडून तातेराव दाराबाहेर, कृष्णा आत दारानजीक आणि मोगरी पलंगावर अशी ॲरेंजमेंट झाली. कृष्णाच्या ती

लवकरच वळणी पडली. या मुंबईत असल्या एकेका खोलीत तीन-तीन कुटुंबं राहतात, याचं त्याला आक्रीत वाटेनासं झालं.

सकाळी ही मंडळी फार उशिरा उठत. मिश्री लावीत बसत. मामाच्या हॉटेलातून चहा-पाव मागवून खात. कधी मोगरीबरोबर नाचणारी ती बिट्टी पोरगी पलीकडच्या खोलीतून येई आणि स्वयंपाक करून जाई; तो मोगरी-कृष्णा खात. तातेराव कुठं खातपीत असे, हे कळत नसे. कधी हॉटेलातून खिमा-चपाती मागवून जेवण होई. रात्री आठाच्या सुमाराला चहा-पाणी आणि पाव-बिस्किटं यावरच भागवावं लागे. कारण बारापर्यंत जागरण असे. बारी सुटल्यावर दौलतजाद्यांच्या पैशांची वाटणी होई आणि मग सगळी मंडळी जवळच्या इस्लामी हॉटेलात कलेजी, भात खात.

असं चाललं होतं. कृष्णाला महिन्याकाठी शे-सव्वाशे रुपयांची कमाई होत होती; पण त्यानं अद्याप मोगरीला हिशेब मागितला नव्हता. भिडस्त स्वभाव आणि आपल्यापाशी आले की, खर्चून जातील याची भीती यामुळे!

दरम्यान, एके दिवशी कृष्णा मामाकडे आला. गल्ल्यावर बसल्या बसल्या ते आपल्या गाववाल्याशी बोलत होते. कृष्णाला बघताच अगत्यानं म्हणाले, ''ये किसन, मोठा मजा आणतोस. इथपर्यंत ऐकू येतो तुझा मुडदंग. ये, उसळ-परोठा खातोस काय?''

कृष्णानं कपाळाला हात लावून म्हटलं, ''नगं मामा.''

''का रे?''

''मोगराबाईंनी सांगितलंय, जेवायला जायाचं हाय भायेर.''

त्यावर मामा पडका दात दाखवीत खुशीनं हसले. म्हणाले, ''मग तुला हे काय पटते? तिथं खाटुमखुटूम असेल हो!''

कृष्णा लाजला. मग मामांनी गाववाल्याला सांगितलं, ''मोठा हुन्नरी आहे हो. देशाहून आला इथे पोट भरायला. कुणाची ओळख-पाळख नव्हती. रातचा माझ्याकडे आला आणि असहायपणे बोलला. मी दिला चिकटावून तमाशाच्या थेटरात. माझ्यामुळे पोट भरू लागला असे नाही हो. परमात्मा सर्वांची काळजी वाहतो. 'सकळ जीवांचा करितो सांभाळ, तुज मोकलील ऐसे नव्हे', असे म्हटलेच आहे चक्क!''

मग कृष्णा चुळबुळू लागला. धूर्त मामांच्या ते ध्यानात आलं. त्यांनी विचारलं, ''मग का आलास? काही नड लागली का?''

कृष्णानं छाटणीच्या खिशातून कार्ड काढलं आणि म्हटलं, ''एवढं गावाकडे लिवायचं हाय.''

बोटातल्या अंगठीनं टेबलावर आवाज करीत मामा म्हणाले, ''आत्ता गिऱ्हाइकांची

वेळ आहे. दुपारी ये.''

पण कृष्णानं कळवळून आग्रह केला, ''नगं, लिवा आत्ताच. ऱ्हायलं म्हंजे ऱ्हातं. आल्याधरनं घरी कळवलं न्हाई. मानसं फिकिरीत असत्याल.''

घरचं नाव काढल्यावर मामा पाघळले. लटक्या रागानं म्हणाले, ''लेको, आल्याबरोबर खुशालीचे पत्र नाही धाडायचे? दोन पसड्याचा प्रश्न होता. मुंबईत आलास आणि विसरलास वाटते घरदार?''

''छ्या, छ्या, अवं चुकीच झाली माजी ती. या सगळ्या यापातनं सवडच घावली न्हाई.''

''हो! सवड न घावायला मोठा कलेक्टर झालास की नाही? आण, आण. सांग मजकूर.''

मग मामांनी कानावरचं पेन्सिलीचं थोटूक काढलं, जिभेला लावलं आणि चश्मा ठाकठीक करून कार्डाच्या कपाळावर 'श्री' लिहिलं.

काय लिहावं आणि काय नाही हे सांगणं कृष्णाला सुधारेना. कार्डाकडे पाहत आणि वरचेवर 'आपलं हे, आपलं हे', करीत तो पुढे बोलेचना.

मग मामांनी दाटलं, ''नीट बोल, काय लिहू?''

''आपलं हेच, आपलं लिवा की....''

''अरे, पण काय लिहू?''

''आता मला काय येतंय जी? तुमीच आपलं समजून लिवा की सविस्तर अक्षी. बावऱ्यानाना, भोज्याला दंडवत लिवा. रखमाची खुशाली, पोरं कशी हायेत, म्हाताऱ्याला कामाला लावू नगंस, म्हनावं, गनाला – तूच कर....''

एका सपाट्यात कृष्णा हे सांगून मोकळा झाला. इतका वेळ त्याच्याकडे बघत मामा पेन्सिल धरून गप्प होते. मग त्यांनी त्याचा नाद सोडला आणि सविस्तर पत्र लिहिलं.

आठ

आता उन्हाळ्याचे दिवस आले होते. रानातली लक्ष्मी नाहीशी झाली होती. उजाड वावरं उन्हाच्या झळया सोसत पडली होती. देवडीच्या ओढ्याचं पाणी आटलं होतं. गुरं-वासरं उन्हाळ्याला आरी पडून वाळली होती. आता वावरात आणि गावातही जिवाला करमत नव्हतं.

गणा रानातल्या उन्हाळी कामात गुंतला होता. देवा सरकारी कामाखाली दुमता होत होता. रखमा पोराबाळांच्या, गुराढोरांच्या उठाठेवी करीत होती. काहीतरी करमणूक म्हणून वाकळा शिवायला घेत होती. रानामाळात हिंडून पावसाळ्यासाठी सर्पण गोळा करून साठवत होती. घर सारवायला काढत होती; पण यामुळे तिचा जीव रमत नव्हता. नवऱ्याचा पत्ता नाही म्हणून ती झुरझुर झुरत होती.

देवाही मनी कष्टी झाला होता. आपल्याच हातानं काही पाप घडलं असेल आणि हाता-तोंडाला आलेला पोरगा नाहीसा करून देवानं आपल्याला धडा दिला आसंल असं त्याला राहून राहून वाटे. रात्री घराबाहेरच्या ओट्यावर पडल्या पडल्या तो आपल्या चुका आठवी. आपल्या अपराधांची उजळणी करी. नाही नाही म्हटलं तरी माणसाच्या हातून पापं घडतातच, लबाड्या कराव्या लागतातच. अशा बारक्यासारक्या लबाड्या देवानंही केल्या होत्या. त्यांच्याबद्दल तर पांडुरंगानं अशी वेळ आणली नसेल ना अशा शंकेनं तो व्याकूळ होई. अंथरुणावर एकटाच उठून बसे. गळ्यातल्या माळेला हात लावी आणि पुटपुटे, 'देवा पंडरीराया, लेकराला माफी कर. मी चुकलोया, मी पापीबी हाय... पर तू समदं पोटात घाल आन् मला माफी कर!'

गणा बावऱ्याच्या मळ्यात राबत होता. कधीकधी नाचरी मालण मळ्यात यायची, गणाकडं बघून लाज लाजायची. मला मोट हाणायला शिकव, मला दारं धरायला शिकव म्हणायची. त्यावर गणा हसायचा. म्हणायचा, ''मालणबाय, तुमची कामं नव्हत ही. तुमी खुडचीवर बसून हुकुम करायचं आन् आमी त्ये पाळायचं.''

मालण असल्या बोलण्यानं रागेजायची.

“आसं रे काय सारखं हिणवतोस गणा आमाला? तू काही नोकर नाहीस आमचा. आबांना मुंबईला राहावं लागतं म्हणून त्यांनी मळा तुझ्या स्वाधीन केला आहे.” असं म्हणायची आणि मुंबईच्या गमती सांगायची. आमच्या बाई यंव करतात, माझी मैत्रीण त्यंव करते, आम्ही हँगिंग गार्डनला जातो आणि आम्ही चौपाटीवर बसतो. मालण लाख बोलायची; पण मुंबईचं नाव काढलं की, गणाला कृष्णाची सय यायची. त्याच्या मनानं पक्कं घेतलं होतं की, दादा मुंबईलाच गेलाय. म्हाताऱ्याचा आडफाटा आणि मळ्यातली राबणूक याला न जुमानता एके दिवशी उठावं आणि तडक मुंबईला जावं. सारं गाव पालथं घालावं आणि दादाचा पत्ता लावावा, असं वाटायचं आणि तो गंभीर व्हायचा. मग मालण रागे जायची.

“आमी आपलं बडबडतोय आणि तू ध्यानच देत नाहीस. असं रे काय करतोस?” म्हणून रुसायची. मग गणा लटकंच हसायचा आणि लहानपणी एकदा त्यानं भांडणात मालणला काचेनं कसं ओरबाडलं होतं हे सांगायचा. मग मालणचं तोंड लालभडक व्हायचं, कानशिलं तापायची आणि ‘आम्ही न्हाई जा, आम्ही न्हाई जा’ करीत ती घरी पळून यायची. आपल्या डाव्या मांडीवर असलेली खूण चोरून बघायची.

एकदा तिसऱ्या प्रहरी तालुक्याहून रामभाऊ टपालवाला गळ्यात कातड्याची धोकटी आणि हातात कार्डांची चवड घेऊन आला. घरोघर हिंडण्याची तकलीफ न घेता त्यानं साऱ्या गावची पत्रं शाळामास्तरकडं दिली आणि ऊन्ह होईल म्हणून तातडीनं परत फिरला. शाळामास्तरनं पोरांना शांत राहायला सांगून सारी कार्डं चाळली आणि पोरांकरवी घरोघर धाडून दिली. देवबा महारालाही एक कार्ड मिळालं.

देवाच्या पोटात एकदम खड्डा पडला. कार्ड कृष्णाचं तर नव्हं? काय बातमी आसंल त्यात? दुसरं कुणाचं कार्ड यायचं आपल्याला? गोंधळलेल्या चेहऱ्यानं देवा कार्डाकडं बघत राहिला, ते उलटून-पालटून वाचायला येत असल्यागत न्याहाळू लागला. मग तडाख्यानं उठला आणि काठी टेकीत टेकीत बावऱ्या महाराकडे जाऊ लागला. वाईटसाईट बातमी असली तर उगंच गावात बोभाटा नको म्हणून त्यानं शाळामास्तराकडून पत्र वाचून घ्यायचं टाळलं आणि तो बावऱ्याकडे आला.

तक्क्यात चार मंडळींबरोबर गप्पागोष्टी करीत बावऱ्या बसला होता. त्याला देवानं बाजूला बोलावून घेतलं. पाठभिंतीशी गेल्यावर पागोट्यात ठेवलेलं कार्ड काढलं आणि खाली बसत तो म्हणाला, “एवडं वाच, कुणाचं हाय, बग.”

– आणि मग तक्क्यापाठीमागं, दोन पायांवर खडे सारीत बसल्या बसल्या बावऱ्यानं कार्ड वाचून दाखवलं आणि देवानं ऐकलं.

'...मुंबईत पैका बरा दिसतो. महिन्याकाठी रुपये धाडीन. बावऱ्या नानांना दंडवत सांगावे. तो इकडे केव्हा येणार आहे? धाकट्यास आशीर्वाद. बाई आणि पोरांना आशीर्वाद. तुम्हाला फार फार दंडवत. तक्क्यातील मंडळींस रामराम. ढोलची मी नेली आहे. भरपाई करून देईन. घोर करू नये. नित्रास असावे.

माझा पत्ता –
चंद्रविलास थिएटर,
डिलाईल रोड, मुंबई.'

पत्र ऐकता ऐकता म्हाताऱ्यानं घुटके गिळले. धोतराच्या सोग्यानं डोळे टिपले.

मग बावऱ्या बोलला, "काय काळजी करायची न्हाई. मीबी त्याच भागात ऱ्हायाला असतोय. चौकशी करीन तेची. गेला मंबईला... इयाक झालं."

मग म्हातारा रागारागानं पत्र पागोट्यात खोचीत म्हणाला, "तमाशात गेला! काय इयाक झालं? घराऱ्याचं नाव डुबिवलं!"

"तमाशात गेला म्हणून बिघडलं कुठं? मीच सांगितलं त्याला, ढोलची वाजवऱ्याचा धंदा कर म्हनून."

"लई शाना पडलास तू! मंबईला ऱ्हायलास, म्हनून लई शिंगं आली का तुला?"

"तसं न्हवं बाबा. वाढता सौंसार झाला, पोरंबाळं झाली."

"त्येलाच झाली? आमी काय वांझोटं हुतो? आरं, हातंच जगवलं लेको तुमाला – गावातलं शिळंपाकं घालून."

"हेच चुकतंय."

मग देवा जास्तच रागाला आला. थरथर कापू लागला. हातवारे करून बावऱ्यावर ओरडला, "काय चुकतंय रं भडवीच्या? शानपना सांगतोयस मला! रामनाक महाराच्या वंशातलं कार्टं तमाशात गेलं, कामातनं गेलं!"

मग बावऱ्यालाही ताव चढला. तो म्हणाला, "कशानं कामातनं जातंय? हतं म्हारूड्यात लाथा खाऱ्यापरीस शहरगावी जाऊन पैका कमवतोय, हे वंगाळ झालं?"

"आरं, पैक्यापायी गाव आन् घराऱ्याचं नाव सोडावं लागतं का? आपला धरम आपुन सोडावा काय? आरं, तुकोबानं सुदीक सांगितलंय, पायीची व्हान पायी बरी!"

"कोन व्हान? हतं कोन व्हान न्हाई आन् कोन मुंडासं न्हाई आता. कष्ट करावं आन् मानानं जगावं. म्हारानं साऱ्या गावाचं उष्टं खावं आन् कुत्र्यावानी जगावं हे कुठं, कंच्या पोथीत लिवलंय?"

"हेच शिकलाय त्योबी म्हमईला ऱ्हाऊन. वाटुळं वाटुळं झालं समद्या घरादाराचं! अरं, ज्येनं त्येनं पायरीनंच ऱ्हायलं पायजे. पंढरीच्या देवळात समदं म्हार गेलं; पर

चोखुबाचा दगड कुनी आत न्हेऊन लावलाय का? ज्येची त्येची पायरी हाय. आपल्याला देवानं दिलंय, त्येच सुक! झोपडी हाय, तीच खरी. पांडुरंगाच्या मनात आमी वाड्यात ऱ्हावं आसं असतं, तर या म्हारूड्यात का जल्म दिला असता रं? गावात नसता का दिला?''

''गाव आन् म्हारूडा येगळा करणारा पांडुरंग कसला? दगूड त्यो –''

देवाला दगड म्हणताच म्हाताऱ्याचा तोल सुटला. लटपटत लटपटत त्यानं काठी उगारली आणि बावऱ्याला धोपाटी घातली. घसा खरवडून म्हटलं, ''देवाला दगूड म्हनतोस? पैक्यानं मातलास....''

मग आजूबाजूची महारं धावत आली. त्यांनी देवाला धरून सावरला तसा बावऱ्या थंडपणानं बोलला, ''मारू दे, मारू दे. बाच्या ठिकाणी हाय त्यो मला. त्येचा मार न्हाई लागायचा. थंड व्हा, बाबा. सांचं मी मंबईला जातोय. काय खाऊ द्याचा असला किस्नाला तर द्या.''

बावऱ्याचे हे शब्द ऐकले आणि म्हाताऱ्याच्या डोळ्यांतून पाण्याच्या धारा लागल्या. विस्कटलेलं पागोटं काखेला मारून त्यानं खाली मान घातली आणि सावकाशीनं तो निघून गेला.

महारवाड्याच्या कडंला ओढ्याच्या काठाला लागून मरीआईचं लहानसं देऊळ होतं. देवा तिथं गेला आणि सावलीला बसला. गुडघ्यात मान घालून बराच वेळ बसला आणि राग निवल्यावर उठून घरी आला.

दरम्यान, रखमाला सासऱ्यानं बावऱ्याशी केलेली ही झोंबी समजली. कशाबद्दल, काय याची बातमी मात्र कळली नाही. म्हाताऱ्यानं बावऱ्या नानासारख्या माणसावर हात उगारला याचंच तिला भारी वाईट वाटलं. असं घडायला लागलंय त्या अर्थी आपल्या घराच्या पाठीमागं साडेसाती लागली आहे; ती आता काय काय ऐकायला आणि बघायला लावते आहे कोण जाणे असं वाटून तिच्या डोळ्याला पाणी आलं. त्यातच कृष्णाची आठवण आली आणि ती हुंदके देऊ लागली. मग हातातलं काम टाकून ती जात्याशेजारच्या अंधाऱ्या कोपऱ्यात बसली आणि वनवाशासारखी रडू लागली. स्वत:चीच स्वत:लाच कणव येऊन रडू लागली. आपला नवरा कुठं परदेशी झाला. म्हातारा सासरा आता थकलाय. तो मिळवून घालतो आहे, हे ठीक, पण उद्या सगळ्यांनी आपल्याला टाकलं, 'जा तुझ्या तू नवऱ्याकडे', असं सांगितलं तर आपण काय करायचं? रश्शी-बिंच्याला कडेकाखेला घेऊन कुठं भिकारणीसारखं तुकडं मागत फिरायचं? – असं स्वत:शीच म्हणत ती धसधसून रडू लागली... आणि देवा आत आला. सून एकटीच बसून गरिबासारखी रडते आहे हे बघताच

देवाचे ओठ पुन्हा थरथरले. त्याला वाईट वाटलं. सुनेच्या पाठी हात फिरवीत तो म्हणाला, ''रडू नगंस पोरी. तुझ्या दाल्ल्याचा पत्त्या लागला.''

पण सासऱ्याच्या प्रेमळपणानं रखमाचं रडू जास्तच झालं. तिचं सारं अंग गदगदून हलू लागलं. तो आवेग कसातरी आवरून तिनं म्हटलं, ''खरं म्हनता का? कुटं हायेत?''

''हाय.'' उठून पागोटं खुंटीवर ठेवीत देवा म्हणाला, ''गेलाय मंबईलाच... पैसं कमवायला.''

''कोन म्हनतं?''

''कारीड आलंया आज.''

मग रखमाला पुन्हा उमाळा आला. रडक्या आवाजातच ती बोलली, ''मंग सांगून जायाचं हुतं. कुनी आडवलं आसतं काय?''

देवा निश्चयानं म्हणाला, ''मी आडवलं आसतं. काय हाय त्या मंबईत? गावच्या मेहेरबानीवर जगायचं आपुन – ती अगुदर कमवली पायजे. पैसा कमावतोय!''

रखमा उठून उभी राहिली. केस सावरून तिनं तोंडावर पाण्याचा हात फिरवला आणि सासऱ्याला उकडलेली रताळी आणि शेळीचं दूध दिलं. आज एकादशी होती. हात-पाय धुऊन आणि पांडुरंगाच्या तसबिरीला हात जोडून देवा फराळाला बसला.

मग हलकेच रखमानं विचारलं, ''मग जाऊन आणावं तरी तेस्नी माघारी.''

पाण्याचा घोट घेऊन देवा कावल्यासारखा बोलला, ''कसं, कुनी जायाचं? गना मळ्यात गुतलाय. माज्या हातात तराळकीची काठी हाये. आन् मंबईला जायाचं म्हंजे काय तोंडच्या गोष्टी हायेत? पैका नगं त्याला?''

''मग बावऱ्या भावजीस्नी तरी!''

बावऱ्याचं नाव काढताच देवाचा आवाज करारी झाला.

''नाव नगं घेऊस त्येचं! त्येचाच शानपना भवला ह्यो! समद्यास्नी ने उठवून म्हनावं. बापजाद्यांनी बसवल्याला म्हारूडा पडू दे वसाड. मंबईला जात्यात! कशाची मंबई? मानसं पकडून ठेवायचा सापळा हाय त्यो!''

मग रखमा अधिक बोलली नाही. नवऱ्याचा पत्ता लागला यातच तिनं स्वत:चं समाधान करून घेतलं.

रात्री गणा भाकरी खायला आला तेव्हा त्याला तिनं ही बातमी सांगितली. तसा तोही हरकला. आपला अंदाज बरोबर होता हे समाधान त्याला झालं.

जेवताना दीर-भावजयीची बोलणी झाली. कृष्णाला घेऊन येण्याबद्दल रखमानं गणाला सांगितलं. तो म्हणाला, ''वयने, आता घोर नगं करूस. दादा काय रानामाळात पडला न्हाई आता. उद्या बावऱ्यानाना जातोय. त्यो त्येची गाठ घील.

आपलं चाललंय हाकडं बेस. त्येची विच्छा हाय, तर राहू दे तकडं. कमवू दे पैका. तू घोर करू नगंस.''

दिराएकी रखमाच्या पोटात माया होती. ते सांगतील ते बरोबर असणार अशी भावनाही होती. त्यामुळे तिनं जास्त ओढून धरलं नाही. म्हणाली, ''माजं तरी काय वं? असतील तकडं सुखी ऱ्हावंत, यवढंच!''

– आणि मग बराच वेळ ती गप्प झाली.

जेवण आटोपून गणा तक्क्याकडं जाऊ लागला तशी पुन्हा ती म्हणाली, ''जाताना बावऱ्याभाऊजींबरूबर तमाखू द्यावी थोडकी. देशी तमाखू कुठली मिळतीया ततं!''

मग तिनं देशी तमाखू आणली, दिरापाशी दिली. रात्री उशीर करून आपणही बावऱ्याच्या घरी गेली. त्याच्या बायकोला आणि त्याला नवऱ्याकडं ध्यान देण्याबद्दल सांगून आली. मध्यरात्री अंथरुणावर अंग टाकल्यावर तिला हायसं वाटलं. झोपी गेलेल्या बिंच्याला अलीकडं ओढून तिनं पोटाशी धरलं. त्याच्या कोवळ्या अंगाच्या उबेत तिला गडद झोप लागली.

/ नऊ /

मुंबईस कृष्णाचं बेस चाललं होतं. धंदा जोरात होता.

एक-दीड महिना झाला तरी मोगराबाई हिशेबाचं बोलेना, तेव्हा तो चुळबुळ करू लागला. तबल्याचा रियाज करता करता एकवार त्यानं गोष्ट काढली.

''आमच्या हिश्शाचं पैसं किती झालं बाई?''

मोगरी पान खात बसली होती. तातेराव हिशेब बघत होता. तो म्हणाला, ''एकशे चाळीस रुपये सा आने झाल्यात तुमचं किसनराव.''

पण मोगरीला कृष्णाचा हा तुटकपणा आवडला नाही. डोळे मोडून ती बोलली, ''काय खेड्यातली सवय जात न्हाई तुमची किसनराव! अवं, तुमचंच हायेत की समदं पैसं. हिसाब कशाचा करता?''

कृष्णावर तिचं मन बसलं होतं. दुजाभाव टाकून कृष्णानं आपल्याशी वागावं, आपल्या यारासारखं राहावं असं तिला वाटत होतं. पण कृष्णाच्या गावीही हा विचार नव्हता. त्या भोळ्या गड्याला मोगरीचा हा तिडा उमगलाच नव्हता. तो बोलला, ''तसं नव्हं बाई, घरी पाठवावं म्हणतो काय तरी!''

तसं मोगरीनं नाक उडवलं, ''हूं, शंभरभर रुपडं काय धाडता गरिबावानी? चांगलं हज्जार-बाराशे होऊ द्या. मग करा म्हनं रजिष्टर!''

भाबड्या कृष्णाला बाईचं हे बोलणं लगोलग पटलं.

''तसंच करावं न्हाई? म्हंजे घरच्या मंडळींनाबी आचिंबा व्हईल. अवं, एवढं पैसं बघितल्यावर आमची बायकू तर खुळी व्हईल!''

मग बाईनं चहा मागवला. तातेराव पहिला कप तिला देऊ लागले तसा तिनं तो आपल्या हाती घेऊन कृष्णाकडे केला.

''घ्या किसनराव, आन् आज आपुन जेवायला जाऊ बाहेर.''

कृष्णा बोलला, ''कशाला बाई?''

पण बाईनं ऐकलं नाही. लाडे लाडे तिनं कृष्णाला चांगले कपडे करायला फर्मावलं आणि आपणही नटली-थटली. सुरवार, तलम सदरा, बंद गळ्याचा लांबडा कोट आणि चट्टेरीपट्टेरी पटका बांधून कृष्णा तयार झाला. हा पोशाख बाईनं मुद्दाम आपल्या देखरेखीखाली करवून घेतला होता. मग मोगराही गोल

पातळ आणि रुंद गळ्याचा ब्लाऊज ल्याली. तांबडाभडक ब्लाऊज आणि पिवळसर छापील वायल तिच्या गोऱ्या अंगाला मोठी शोभून दिसत होती. तातेरावला पुढं घालून ती दोघं जिना उतरून बाहेर आली आणि रस्त्यावर उभी राहिली. अचानक बावऱ्या समोर येऊन उभा राहिला. कृष्णाची छबी न्याहाळीत बोलला, "भले किस्ना, पक्का मंबईवाला झालास की!"

बावऱ्याला बघून कृष्णा हरकला. गाववाल्या महाराला उराउरी भेटला.

बावऱ्या बाईकडे चमत्कारिक नजरेनं बघू लागला तसा कृष्णानं खुलासा केला, "ही मोगराबाय. मी तमाशात असतो हिच्यासंगं. बाई, ह्यो बावऱ्यानाना. गाववाला हाय माझा. हेनंच मला मंबईची वाट दावली."

बाई गोड हसली. मंजुळ आवाजात बोलली, "म्हणून माझ्या धंद्याला बरकत आली."

त्यावर कृष्णा लाजला आणि कोटाची बटणं चाचपू लागला तसं बाईला जास्तच नेट चढलं. बावऱ्यापाशी तिनं कृष्णाची तारीफ केली.

"विजंवाणी बोटं चालत्यात बघा ढोलचीवर."

मग बावऱ्या अभिमानानं म्हणाला, "आवं, मला काय ठावं न्हाई काय ते? मीच दिला धाडून इकडं. म्हनलं, कसब हाय अंगात मग हातं खेड्यात का कुजतोस?"

मोगरी चेहरा गंभीर करून बोलली, "खरं हाय."

मग कृष्णाला आठवण आली. घाईघाईनं त्यानं विचारलं, "बावऱ्या, माजी रश्शी, बिंच्या, म्हातारा – खुशाल समदी?"

"आँ? व्हंजीचं नाव घेतलं न्हाईस रं? हायेत, समदी खुशाल हायेत. तंबाखू धाडलीय व्हंजीनं. घेऊन जा घरनं."

"कुठं असतोस तू?"

"हे काय, लोखंड्याच्या चाळीत, पहिल्या माळ्यावर, पयलीच खोली. कुणालाबी इच्चार की, आपल्या ह्याच रस्त्यानं थेट खाली याचं. आन् पोलिसचौकीवरनं...."

बावऱ्यानं बारीकसारीक खाणाखुणांनिशी आपला पत्ता सांगितला.

"बरं, मग घरची काय खबरबात?"

"म्हातारा कावला होता, तू हाकडं आलास म्हनून. लई गागला माज्यावर. मी म्हनलं, म्हातारं मानूस हाय – चालायचंच. बरं, काय पैका धाडलास का तकडं?"

"धाडायचा की आता."

"आन् खुशाली कळवीत जा वरचीवर."

इतका वेळ पदर सावर, पर्स सावर, केस नीट कर असं करीत असलेली मोगरी एकदम म्हणाली, "मी करीन तेवढं. तुमी काळजी नगा करू."

हे म्हणण्यात तिचा उद्देश इतकाच होता की, एकवार हे बोलणं संपावं आणि आपल्याला जायला मोकळीक व्हावी. पण बावऱ्याचा पागूळ सरला नाही.

"अवं बाई, खेड्यातली माणसं उगंच जीव मुठीत धरून बसत्यात."

त्यावर मोगरी बोलली, "मीबी खेड्यातलीच हाय की! हातं मंबईत कमवायचं आन् तकडं खेड्यात निवांत बसून खायाचं म्हातारपनी – कसं?"

मग कृष्णाला बाईचं बोलणं पटलं.

"तेच योजून आलुया बगा मीबी हातं. हातं पैसा कमवून तकडं एक फसकलास मळा केला की बास!" बावऱ्याच्या मनातलंच कृष्णा बोलला.

"बेस्ट, किस्ना. बाई, उपकार हायेत तुमचं. अडाणी हाय पोरगा आमचा, पर सांभाळून घ्या. दोन-पाच हजार मिळवून द्या त्येला अन् मग जा रं गावाकडं. मळा घे एक. मग तराळकी नगं आन् पाटलाची हुकमत बी नगं."

मग मोगरीला या बोलण्याचा कंटाळा आला. ती म्हणाली, "ठीक, ठीक." आणि कपाळाला आठ्या घालून इकडंतिकडं बघत राहिली. बावऱ्याच्या ते ध्यानात आलं आणि "बराय, मग घरी ये," असं वरचेवर कृष्णाला सांगत तो निघून गेला.

बाई म्हणाली, "चला लौकर."

मग लवकर लवकर चालत ती दोघं बसस्टँडवर आली. दोन मजल्यांच्या बसमध्ये बसून दादरला आली. स्टेशनानजीक असलेल्या एका झकपक पंजाबी हॉटेलात मोगरीनं कृष्णाला नेलं आणि सरळ पडद्याच्या आत ती दोघं बसली. मोगरीकडून खुलासा झाला की, या हॉटेलात सगळे सिनेमावाले जेवायला येतात.

आलेल्या वेटरला तिनं मुर्गी आणायला सांगितलं.

कृष्णा कोटाची बटणं सोडून वरची रंगरंगोटी बघत राहिला आणि मग खालच्या चकचकीत टेबलावरच त्यानं एक तुकडा वाजवला. तसा एकाएकी मोगरीनं त्याचा हात धरला. घायाळपणे ती बोलली, "आहा, काय मस्ती हाय बोटात!"

या खेपेला कृष्णा फारसा बुजला नाही. कधीमधी बाईला अशी अंगाला धरायची सवय आहे, ही गोष्ट त्याला पटली होती. हळूच हात बाजूला करून तो बोलला, "आन् तुमच्या गळ्यात काय कमी हाय? लोक नुसतं खुळं होऊन जात्यात की!"

पण आज बाई खरोखरीच काही वेगळ्या तालात होती. तिचा चेहरा कष्टी झाला.

"हं, लोकांना खुळं करून ऱ्हायाचा वीट आलाय आता मला."

त्यावर कृष्णा घाईनं बोलला, "असं नका करू. माजं तेवडं पाच हजार जमू दे. मग तुमी सोडा ह्यो उद्योग आन् मीबी जातो गावाकडं."

कृष्णा असं बोलल्यावर मोगरी कसनुसं हसली. कृष्णानं "का?" विचारताच

उत्तरली, "तुम्ही जाल गावाकडं; तुम्हाला बायका-पोरं हायेत. मी कुटं जाऊ?"

"चला की आमच्या गावाकडं. तुमी बी एक मळा घ्या. झोक ऊस लावू या आपुन. माज्या मळ्यात मी राबीन. तुमच्यात गना राबंल."

मोगरी मधेच बोलली, "गना?"

"व्हय, माजा धाकला भाऊ. कसा हाय म्हणून सांगू! लई माया हाय माजी त्येच्यावर, आन् त्येची बी माझ्यावर. रूपानं बी असा हाय की वाटतं, चालला तर घटका घटका बगत उभं ऱ्हावं."

यावर मोगरी काहीच बोलली नाही. गप्पच बसली. दरम्यान, वेटर येऊन टेबलावर काटेचमचे मांडून गेला.

मग काट्याकडं कृष्णानं कुतूहलानं बघितलं. ही चीज काय आहे याचा खुलासा मोगरीला विचारला... रुक्षपणानं तिनं त्याचं नाव आणि उपयोग सांगितल्यावर खुदकन हसून तो बोलला, "खायाचा काटा? काटंच खायाचं असतं, तर मंबईत कशाला आलो असतो?"

त्यावर मोगरी कसनुशी हसली.

मग वेटरनं मुर्गी आणून ठेवली. ती बघताच कृष्णाला गणाची आठवण आली. कोंबडीकडं बघत तो गप्पच बसला. मोगरी 'घ्या' म्हणाली, तेव्हा बोलला, "माज्या गनाला कोंबडीची लई आवड! मोगरीबाई, तुमी एक डाव चला आमच्या देवडीला. माजा गना, रश्शी, बिंच्या, रक्मी..." आणि त्याचे डोळे ओले झाले. "लई, लई सय येती, बगा!"

मोगरीच्या मनात इसाळाचा भडका उसळला. आपल्या संगतीत कृष्णा घरची आठवण विसरत नाही हे जाणून ती मनात पेटली. आपले यत्न फुकट आहेत. हा बहादूर आपल्या बहारीचा बादशहा व्हावा ही आपली इच्छा सफळ होत नाही असं तिला वाटलं. पण एवढ्यात पराभव पत्करायला ती लेचीपेची नव्हती. ती हट्टाला पेटली. मनात म्हणाली, "याला गुलाम करेन, तरच नावाची मोगरी."

दहा

दीर आणि सासरा यांच्यासाठी बाजरीच्या चार ताज्या भाकरी करून रखमानं चुलीतल्या काटक्या विझवल्या. पोरं वाढुळची जेवून झोपली होती, त्यामुळे तिला एकटं एकटं वाटत होतं. बाहेरच्या वेलीच्या मांडवावर रातकिडे कचकचत होते आणि आत डास गुणगुणत होते. त्यामुळे तो एकटेपणा जास्तीच जड झाला. अलीकडं असं एकटंच असलं म्हणजे रखमाचं मन रिकामं होई आणि मग सांगण्याजोगं काही कारण नसताना रडावं असं वाटू लागे. तिन्हीसांज टळल्यावर असं नेहमी होई आणि मग पोरांच्या उशापायथ्याशी ती उगीच बसून राही. संथ जळणाऱ्या चिमणीच्या ज्योतीकडं टक लावून बघे. अपुरा उजेड, भिंतीवर पडलेली स्वत:ची सावली आणि बाहेरच्या घराघरांतून चाललेलं बोलणं, शेरडीचं ओरडणं आणि कोकराची धडपड हे सगळं तिला अस्पष्ट जाणवे आणि कसलीशी चमत्कारिक तंद्री लागून जाई... थांबून थांबून जड सुस्कारे सोडावे लागत.

चूल विझवून ती दिराची आणि सासऱ्याची वाट बघत राहिली.

देवळापुढच्या धुळीत बसून कट्ट्यावर जमलेल्या गावकऱ्यांच्या गप्पा ऐकत देवा जेवणवेळ होईतो बसला आणि घराकडे आला. रानातल्या गुराढोरांची उस्तवारी करून भुकेल्या पोटानं गणाही परत आला. भाकरी खाऊन त्याला परत मळ्यात बैलांपाशी झोपायला जायचं होतं.

"पोरं निजली का? धार काढलीस का शेळीची?" असले काही ठराविक प्रश्न देवानं केले. रखमानं उत्तरं दिली आणि दोघांना जेवू वाढलं. चटणीचा आणि बाजरीच्या भाकरीचा वास हुंगून गणाची भूक वाढली. एक सबंध भाकरी हातावर घेऊन तो भराभर खाऊ लागला... आणि मग बाजरीच्या भाकरीची चव जाणवताच त्याचे डोळे टचकन भरले – एकाएकी भरले.

देवाच्या ध्यानात येताच तो म्हणाला, "का डोळं गाळतोस रं भरल्या पानावर?"

हातातली भाकरी टोपल्यात टाकून गणा दाटल्या घशानं बोलला, "काय न्हाई, व्हंजी, पुरं मला भाकरी!"

रखमालाही काही कळेना. "का वं, का वं", करून ती परत भाकरी देऊ लागली.

गणाला एकाएकी हुंदका आला.

''बाजरीची भाकरी दादाला लई आवडायची.''

गणाच्या या बोलण्यानं रखमाच्या हृदयाचे बांध फुटले आणि तिचे डोळे भरले.

पण देवा या प्रकारानं तापला. म्हणाला, ''गना, त्येचं नाव पुन्हा कुनी घेशीला, तर याद धरा. आज इतकं दिस झालं, पोहोचल्याचा एक कागूद आला. त्यावर बोटभर चिठ्ठी आलीया का त्येची? त्यो हातनं गेला मंबईला, तवाच मेला आपल्याला!''

म्हातारा असं बोलताच गणा गपकन उठला आणि बाहेर गेला. त्याच्या मागोमाग 'दाजीबा, दाजीबा' म्हणत रखमा जाऊ लागली, तसा देवा तिच्यावर ओरडला, ''हां, ती भाकरी माझ्या पानात टाक. मला न्हाई सय येत पोराची. माजं काळीज दगडाचं हाय!''

घरात असा कालवा चालला असताना चौगुला काळागत आला. पाटलानं चावडीकडं बोलावलंय म्हणून सांगू लागला.

रखमा म्हणाली, ''पर जेवायचं हायेत की त्ये अजून!''

पण चौगुल्याचं वाईटवकटं बोलणं ऐकून घ्यायच्या अगोदरच देवा अर्ध्या पानावरून उठला. रखमाला म्हणाला, ''काठी दे माझी.''

मग रखमानं काकुळती येऊन विचारलं, ''आन् भाकरी कवा खानार मग?''

''म्हातारपनी तराळकीची काठी दिली माझ्या हातात तुझ्या दाल्ल्यानं. त्येलाच इचार, मी भाकरी कवा खाऊ ते.'' असं रागाचं उत्तर देऊन म्हातारा काठी आपटीत बाहेर पडला.

रखमा बाहेर आली तर बाहेरच्या मेढीला टेकून गणा डोळे गाळीत होता.

''असं का करताया वं समदीजनं? मी का करावं मग?'' असं म्हणून रखमानंही दाबलेल्या हुंदक्याला वाट दिली.

या साऱ्या गोंधळानं पोरं जागी झाली होती. उठून टकाटका बघत होती. मग बिंच्या उठला आणि गणानं टाकलेली भाकरी घेऊन खाऊ लागला. ही गोष्ट आईला सांगण्यासाठी रश्शी बाहेर आली आणि काका रडतोय आणि आई त्याला समजावतेय हे बघून आत आली. बिंच्याला दातओठ खात म्हणाली, ''बिंच्या, त्येच्या वाटनीची भाकरी खाल्लीस, म्हनून गनाकाका रडाय लागलाय की!''

पण बिंच्यानं भाकरी खाली ठेवली नाही. उलट त्यानं रश्शीला दाब दिला, ''अगं येडे, भाकरी खाल्ली, म्हनून रडत न्हाई त्यो. आज्ज्यानं सांगितलं त्येला, किस्ना मेला म्हनून!''

रश्शीला हे मुळीच खरं वाटलं नाही. भावाच्या शेजारी दोन पायांवर बसत ती म्हणाली, ''हट लबाड बोलतोस. मेला नाही किस्ना. मला झबलं आननार हाय त्यो मुंबईसनं!''

गणा डोळे पुसून मळ्याकडं गेला.

रखमा आत आली. पोरांचा वाद अजून चाललाच होता. भावाची जिरवण्यासाठी रश्शीनं रखमाची साक्ष काढली. आईच्या गळ्यात हात घालून तिनं विचारलं, "आये, बिंच्या म्हनतो, किस्ना मेला आपला. व्हय गं?"

त्यासरशी रखमा उसळली. "नसराणी कार्टी! आरं, पटकी येऊन मरा ना का तुमी?" असं ओरडत तिनं दोन्ही पोरांना रपारप रपाटे घातले.

पोरांनी आरडून-ओरडून गोंधळ केला. तशी ती जास्तीच चिडली, बेफाम झाली. नकळत्या बाळांना तिनं जनावरासारखं बडवलं.

पोरं भ्याली. फळाफळा मुतत म्हणाली, "नगं, नगं मारूस. पुन्हा न्हाई म्हननार. पाया पडतो तुझ्या."

मग तिनं त्यांना दटावून अंथरुणावर गप पडायला सांगितलं.

न जेवता-खाता रखमा दाराला कडी लावून उगीच बसून राहिली. राग निवल्यावर पोरांना मारल्याबद्दल तिचं आतडं पिळवटलं. हातात दिवा घेऊन ती अंथरुणापाशी गेली आणि रश्शी-बिंच्याच्या उघड्या पाठी पाहू लागली. त्या काळ्या-निळ्या झाल्या होत्या. रखमाची लांबडी बोटं तशीच उठली होती. त्यावर हात फिरवताच तिला गहिवरून आलं. मग ती उठली आणि गाडग्यातलं थोडकं मीठ आणि तेलाचं बोट घेऊन पाठींना हलक्या हातानं चोळू लागली. तिचे काळेभोर आणि तेलकट गाल भिजून चिंब झाले.

मोगरीबाई मोठी लहरी होती. मनात यायला उशीर, ती ते करीत असे. एकवार तिला वाटलं, कृष्णानं काँट्रॅक्टरसारखं लोकरीच्या सुटात राहावं आणि कृष्णाला पुढं घालून ती गिरगावच्या एका मोठ्या दुकानात गेली. हे दुकान भलंमोठं होतं. नाना तऱ्हेची कापडं दाटीनं लागली होती. शिवलेले तयार कपडे टांगलेले होते. डोळे दिपतील अशा साड्या गिऱ्हाइकांनी बघण्यासाठी जागोजाग सोडल्या होत्या. टोप्या होत्या, छत्र्या होत्या, सतरंज्या होत्या. नाना वस्तू होत्या. ते सगळं बघून कृष्णाला काय घ्यावं आणि काय नको असं होऊन गेलं.

अंगात रेशमी सदरा घातलेल्या शेटजीपाशी जाऊन मोगरीबाई बोलली, ''लोकरी कापडं दावा सुटाची.''

मग शेटजीच्या नोकरांनी लोकरी कापडाचा ढीग मोगरीबाईपुढे विस्कटला. बाई कृष्णाला म्हणू लागली, ''बघा तुमच्या पसंतीनं.''

पण कृष्णाला त्यातलं काय कळणार? सगळं बाईवरच सोपवून तो वेड्यासारखा दुकान बघत राहिला. बाई त्याच्या गावंढळपणानं चिडली आणि काहीबाही पुटपुटली. आपल्याच पसंतीनं तिनं कापड घेतलं.

काचेआड ठेवलेल्या जरीच्या टोप्या कृष्णाच्या मनात भरल्या. त्यानं विचारलं, ''या जरीच्या टोपीचं काय बसतं बरं?''

दुकानदार अदबीनं म्हणाला, ''बघा की! बारा रुपये बसतील. अस्सल जर आहे.''

''बसेनात का, बसले तर. हौसेपुढे पैशाचं मोल किती?'' कृष्णा धडाक्यानं म्हणाला.

''माझ्या बिंच्याच्या डोक्याला बसंल अशी द्या एक.''

दुकानदाराला बिंच्या केवढा आहे हे कसं कळणार? त्यानं विचारलं, ''केवढा आहे आपला मुलगा?''

बिंच्याची उंची हातानं दाखवीत कृष्णा म्हणाला, ''एवडा आसंल बगा अन् एवडी हाय माजी रश्शी, दुकानवाले. तिच्या अंगचं एक फर्मास झबलंबी द्या. अवं, पैक्याची काय किंमत पोरांच्या म्होरं? कसं?''

दुकानवाला हसला आणि त्यानं अदमासानं झबलं आणि टोपी बांधली.

सुटाची कापडं घेऊन मोगरी तयार झाली होती. कृष्णा तिला

म्हणाला, ‘‘बाई, एक लुगडं घ्या की तुमच्या पसंतीनं.’’

बाई नखऱ्यानं बोलली, ‘‘मस्त हायेत. मला नगं आता काय.’’

‘‘तसं नव्हं, माज्या रखमीसाठी, वं!’’

‘‘चला आता. बघू म्होरं. बारीला जायाचं हाय. पब्लिक दंगा करंल.’’

– आणि घाईनं कृष्णाला घेऊन थिएटरकडं आली.

कृष्णानं घरची आठवण काढली की, बाईला ते सहन व्हायचं नाही. ती जळफळायची. चिडचिड चिडायची; पण याचा पत्ता कृष्णाला लागू द्यायची नाही. अडाणी कृष्णा महिना-पंधरा दिवसाला मोगरीकडून घरी कार्ड लिहायचा. ती ते टाकायला तातेरावकडे द्यायची आणि बाईच्या हुकमाप्रमाणे तातेराव ते पोस्टात न टाकता फाडून टाकायचा.

असे दिवस चालले होते. कृष्णाला वारंवार घरची आठवण येत होती. एकदा रात्री तातेराव-मोगरी नाहीसं बघून जरीची टोपी आणि झबलं काढून तो बघत बसला आणि बाहेर गेलेली मोगरी आली. म्हणाली, ‘‘आं, तुमी हातंच व्हय? मी तातेरावला धाडला मामाच्या हाटेलात. म्हनलं, तित्तंच गेला असाल उसळ-परोटा खायला. काय, जरीची टोपी घालायची हौस आली काय?’’

‘‘न्हाई, पोरांची लई सय येती, बाई.’’

बाईला हे नको होतं. विषय बदलण्यासाठी ती म्हणाली, ‘‘सुटाचं माप दिलं का?’’

‘‘कशाचा सूट न् बूट. आमचं डोळं सुटानं दिपत न्हाईत!’’

तिरसटपणे बाईनं विचारलं, ‘‘मग कशानं दिपत्यात?’’

‘‘बाई, माजं डोळं निवत्याल एकदाच.’’

मोगरी जवळ आली. खुरमांडी घालून कृष्णाजवळ बसत बोलली, ‘‘कवा?’’

‘‘बावऱ्यानानावाणी मळा हुईल तवा.’’

त्यासरशी मोगरी संतापली आणि रागारागानं पलंगावर जाऊन झोपली.

तातेराव आला आणि बाहेर गॅलरीत पडला. मग कृष्णानंही आपला बिछाना पसरला. मध्यरात्रीपर्यंत तो तळमळत राहिला आणि मग त्याचा डोळा लागला.

साऱ्या रात्रभर त्याला स्वप्नं पडत होती – मळ्याची, खळ्याची, मोटेची, बैलांची. रश्शी, बिंच्या मळ्यातला ऊस खात होती. रखमा दारं मोडत होती, खुरपत होती. गणा मोट हाकत होता आणि म्हातारा देवा भरल्या डोळ्यानं हे सगळं बघून कृष्णाला म्हणत होता, ‘‘पोरा, माजं डोळं निवलं. पोरा, मी आता सुकानं मरीन!’’

मग सकाळचा तो जागा झाला. गडबडीनं पोशाख करून अजूनपर्यंत झोपलेल्या मोगरीला विचारण्यासाठी उठवू लागला.

तातेरावनं डोक्यावरचं पांघरूण काढलं आणि तो ठिसकला, "अरं, का वरडतोस उगीच? आत्ताशीक आठ वाजलं असतील. एवढ्यात जागं करू नगंस बाईंना!"

त्यावर कृष्णा म्हणाला, "बराय, मग निजू दे. मी जातो. बावऱ्याला आढळून येतो."

गॅलरीतलं अंथरूण-पांघरूण उचलून तातेराव आत जाऊन झोपत म्हणाला, "जा, मी सांगतो त्या उठल्यावर. दार वडून घे जाताना."

दार ओढून कृष्णा चालू लागला. मळकी पांघरुणं घेऊन जागोजागी तमासगीर मंडळी आडवी-तिडवी झोपली होती. उघडीवाघडी पडली होती. खोल्यांच्या दारं-खिडक्या बंद होत्या. कुणी एखादी जागरणानं पिवळी पडलेली बाई अंगात नुसतीच काचोळी घालून उन्हाला दात घाशीत उभी होती. कुणी एखादा फाकड्या उठल्या उठल्या अंथरुणावरच उघड्या अंगानं बसून काळी विडी ओढत होता.

या चाळीतलं सगळं जिणंच वेगळं होतं. इथल्या सुजक्या डोळ्यांच्या बाया आपल्या बापयांवर कुत्रीसारख्या भुंकायच्या. इथले गांजा ओढून तर्र झालेले दांडगे पुरुष आपल्या ठेवलेल्या बायकांना दुसऱ्या पुरुषांशी चावटपणा केल्याबद्दल कुत्र्यासारखे बडवायचे. एवढ्याशा कारणावरून आपसात भांडायचे आणि प्रतिस्पर्ध्याला अंधाऱ्या बोळात गाठून चाकूनं भोसकायचे. दुपारी पत्त्यावर जुगार खेळायचे आणि बसल्या जागीच पिचीपिची थुंकायचे. इथल्या बऱ्याच बायकांना आणि पुरुषांना घाणेरड्या रोगानं पछाडलेलं होतं आणि त्यावर इलाज करण्याइतकी अक्कल, पैसा आणि वेळ त्यांच्यापाशी नव्हता.

गॅलरीत पडलेल्या माणसांतून वाट काढीत काढीत कृष्णा चाळीबाहेर पडला आणि रस्त्यावर आला. पत्ता पुसत पुसत बावऱ्याच्या घरी येऊन दाखल झाला.

बावऱ्या दोन खोल्यांत राहत होता. त्याचं घरही ठाकठीक होतं. भिंतीवर पुढाऱ्यांची चित्रं होती. खाली बसायला बैठक होती. एका कोपऱ्यात टेबल-खुर्ची होती.

कृष्णा आला आणि टेबलाशी बसलेल्या मालणच्या मागं जाऊन उभा राहिला. मालण कागदावर वर्तुळ काढत होती, ते कौतुकानं बघत तो बोलला, "सुर्व्याचं चितार उतारता काय मालणबाई?"

मालण लाजली आणि उठून बाजूला होत म्हणाली, "अय्या, चित्र नाही. भूमिती करतेय मी." आणि आपल्या आवाजात ओरडली, "आबा, हे किसनराव आलेत बाहेर."

बावऱ्या आत बायकोशी काहीबाही बोलत बसला होता. तो गडबडीनं उठून बाहेर येत बोलला, ''ये, ये किस्ना... आरं, भायेर का पावण्यागत?''

''बघत हुतो, मालणबाई काय काढत्यात ते. पोरगी लाखात उजवी केली. आता आपल्या जातीत नवरा मिळायचा का हिला, बावऱ्यानाना!''

बावऱ्यानाना हसला. म्हणाला, ''अरं, त्या गाठी परमेसरानं मारून ठिवल्याल्या असत्यात!''

बावऱ्याची बायको दारात येऊन उभी राहिली आणि तिनं विचारलं, ''लई जोसात चाललाया म्हनं तुमचा धंदा. पुतळ्याची माळ घालताया का औंदाच्या दिवाळी-पाडव्याला रखमाच्या गळ्यात?''

कृष्णा भाबडेपणानं बोलला, ''हाय बावऱ्यानानाची मेहेरबानी!''

मग बावऱ्यानं पुन्हा विचारलं, ''किती जमला पैका? हजार-बाराशे?''

''व्हय, झाला असंल की तितका.''

''मग जा दिवाळीला गावाकडं. बघ एकांदा डाग, इक्रीला निघाला तर, आं?''

''व्हय, न्हाई? कितींदी ऱ्हायली बरं दिवाळी?''

मग बावऱ्यानं चहा, बिस्किटं घेऊन आलेल्या मालणला दिवाळी केव्हा हे विचारलं. तिनं भिंतीवरचं कॅलेंडर चाळलं.

''बरोबर तीन आठवडे राहिले आबा.''

त्यासरशी कृष्णा म्हणाला, ''अरी बा, मग जवळ आली की!''

मग बावऱ्यानं त्याला बिस्किटं, चहा घ्यायला सांगितलं. त्यानंही घेतलं. इकडच्या तिकडच्या गप्पा झाल्या.

कृष्णा म्हणाला, ''बावऱ्यानाना, दिवाळी आली म्हनल्यावर लई दिस झालं की रं मला हातं येऊन! आन् घरची सय सारखी होती. त्यानं तर चांगली दोन-चार वर्सं झाल्यावानी वाटत्यात!''

''अरं व्हय. तसं वाटायचंच. म्हनूनच म्हनतो, एकवार जाऊन ये. समद्यास्नी भेटून ये. म्हाताऱ्यानं तू गेल्यापासनं लई हाय खाल्लीया, म्हनं!''

मग दिवाळीसाठी गावाकडं जाण्याचा नाद डोक्यात घेऊन कृष्णा बावऱ्याकडून निघाला आणि घराकडं आला. आपल्या रोजच्या उद्योगाला लागला.

आठ-पंधरा दिवस झाल्यावर संध्याकाळच्या वेळी त्यानं मोगरीपाशी गोष्ट काढली. दिवाळीसाठी गावाकडं जातो म्हणून सांगितलं. मोगरीला ते पटलं नाही. ती लाडे लाडे म्हणाली, ''कशाची दिवाळी त्या खेड्यात? ऱ्हा हातं. तुज्यामाज्या संगतीत रोज दिवाळी!''

''छ्या, मी येतो की माघारी आठ-पंदरादी राहून!''

मग मोगरी उठली आणि कृष्णाच्या जवळ येऊन त्याचा हात धरून बोलली, "मी न्हाई जाऊ देनार!"

कृष्णाचा स्वभाव मोठा भिडस्त होता. मोगरीबाईचा आग्रह डावलणं त्याच्या जिवावर आलं, तरी पण नेट करून तो म्हणाला, "असं का बरं? मळ्याबिळ्याचं बघतो की! तेवडं पैसं द्या माजं."

कृष्णाच्या राकट अंगाला आपलं मऊ अंग मांजरीगत घासत मोगरीनं आपला हट्ट चालूच ठेवला, "मी न्हाई देणार पैशे! ऱ्हाऊ देत माझ्याकडंच!"

मुद्द्याची गोष्ट निघाली तसा इतका वेळ नरमाईनं बोलणारा कृष्णा चढावर आला.

"ते न्हाई चालायचं. भिडं भिडं इतकींदी गप्प ऱ्हायलो. माजं पैसं टाका बाई."

मग मोगरीही मऊ आली. विव्हळत बोलली, "तशी न्हाई पैशे द्यायची मी! वचन द्या एक."

तिचा हात हिंजाडून कृष्णानं रागानं विचारलं, "कसलं?"

"मला कंदी सोडणार न्हाईस?"

कृष्णा गोंधळला. बाईचे डोळे, गुलाबी झालेलं तोंड बघून बावरला.

"म्हंजे?"

मोगरीनं जमिनीवर अंग टाकलं. कृष्णाच्या मांडीवर डोकं ठेवलं आणि त्याच्या हनुवटीवरून हात फिरवून त्या हाताचा मुका घेत म्हटलं, "म्हंजे फोडूनच सांगायला होवं? माझं धनी व्हा, आता लांब नगा ऱ्हाऊ." बाईची छाती खाली-वर होऊ लागली. तिनं डोळे मिटून घेतले.

तिला खाली टाकून कृष्णा झटक्यानं उठला, "मोगरे, असं न्हाई व्हायाचं. भलतं बोलू नगंस. घरी पोरं हायेत माजी. लक्ष्मीवाणी बायकू हाय."

मोगरीही ताडकन उठून उभी राहिली. थरथर कापत बोलली, "मर्द असशील तर सगळ्यांना सोड. कसली दळिंद्री लक्ष्मी घेऊन बसतोस!"

"दळिंद्री असू न्हाई तर कशीबी असू... लग्नाची बायकू हाय ती माज्या! कुनासंगं बोलतीस तू? रामनाक महाराच्या कुळातला म्हार मी. तुज्यावाणी बाजारबसवीच्या नादी लागून माझ्या रखमीला लाथाडू?"

"बेधडक लाथाड आन् भल्याभल्यांनी जेंच्यासाठी जीव टाकला ते कवळ्यात घे!"

मोगरीचं भानच सुटलं. ती बेफाम झाली आणि कृष्णाला आवळून धरण्यासाठी झेपावली.

पण तापलेल्या कृष्णानं तिला धाडदिशी लाथ मारली.

मोगरी कळवळत खाली कोसळली. तशी तिच्या गळ्यातली सोनसाखळी घट्ट

धरून तो दात-ओठ खाऊन ओरडला, ''पैसं काड माजं आदी!''

त्याच्या हाताला चावण्याचा प्रयत्न करीत मोगरी किंचाळली, ''न्हाई देत पैसं! मुडद्यानं जीव घेतला वं माजा!''

मग कृष्णा पेटला. मोगरीचं डोकं जमिनीवर थाडथाड आपटीत म्हणाला, ''अजून कुठं घेतलाय जीव तुजा गं? गतकाळे, अगं भवाने, तुजं नरडं दाबीन! माजं पैसं काड!''

कृष्णा घामाघूम झाला.

मोगरी भीतीनं डुकरासारखी ओरडू लागली, लाथा झाडू लागली. दांडग्या कृष्णालाही ढकलून मारू लागली. तिची चोळी फाटली, पातळ विस्कटलं.

बाहेरच्या हॉटेलात बिडी ओढत बसलेल्या तातेरावला ही बातमी बिट्ट्या पोरानं घाबऱ्या घाबऱ्या सांगितली. तसा तो धोतर सावरून उठला. चाळीतले चार दणकट लोक घेऊन खोलीत घुसला आणि हाती लागतील त्या वस्तू घेऊन त्या सगळ्यांनी कृष्णाला पिटला.

वैदूच्या कुत्र्यांसारखं सर्वांनी वेढलं, तेव्हा पडलेला पटका न उचलताच दोन्ही कोपरांनी डोकं बचावत 'मेलो, मेलो रे देवा', असं कळवळत कृष्णा जीव घेऊन पळाला. फेकलेल्या वहाणांचा मार सोसत जिन्यावरून कोलमडला. त्याचं डोकं फुटून रक्तबंबाळ झालं.

बारा

दिवाळी आली. देवडीतल्या घराघरांतून पणत्या लागल्या. उखळीचे बार उठू लागले. तळणाचे तेलकट वास म्हारवाड्यापर्यंत दरवळू लागले. रश्शी, बिंच्या कानवल्यासाठी रडू लागली, तशी रखमाच्या पोटात तुटू लागलं. महाराच्या घरात दिवाळीला तरी गोडधोड कुठून शिजणार? गावच्या देकारावरच त्यांनी आपली इच्छा भागवली पाहिजे.

म्हातारा देवा सकाळचा सण मागायला निघाला, तेव्हा करंज्या-कडबोळ्यांच्या आशेनं उघडी-नागडी रश्शी आणि बिंच्याही त्याच्या पाठीमागून गेली.

देवा घरोघर फिरून ओरडू लागला, "सण वाढा जी तराळाला."

बारा बलुत्यांची घरं सोडून तो घरोघर हिंडला. सणकऱ्यासाठी मुद्दाम कमी गूळ आणि राळ्याचं सारण घातलेल्या बोटाबोटाएवढ्या करंज्या, उरलेल्या पिठातून वळलेली, कमी आणि वाईट तेलं वापरून तळलेली कडबोळी त्याच्या टोपलीत पडू लागली. त्यातली दोन-दोन त्यानं पोरांच्या हातात दिली. ती पुरवून पुरवून खात पोरं आज्याच्या पाठोपाठ हिंडू लागली.

तात्याकाकांच्या घरापुढे येऊन देवानं हळी दिली, "सण वाढा जी आक्का, तराळाला!"

तशी तात्याकाकांची कंजूष आणि धूर्त बायको कमरेवर हात देऊन बाहेर आली. दिवाळीसाठी काढलेली नथ उडवून म्हणाली, "कशासाठी सण वाढायचा रे तुम्हाला?"

देवानं कपाळाला हात लावून म्हटलं, "हाक्कच हाय तुमचं उष्टं खाण्याचा आई आमचा."

"पण मागायचा हक्क तेवढा राखून ठेवलाय तुम्ही." कुचकटपणानं बाई बोलली, "काम करता का मेल्यांनो कधी? चार लाकडाच्या फाळी काढ म्हटलं तुझ्या गण्याला; तर मला रोजगार आहे म्हणून निघून जातो."

त्यावर देवानं मऊ शब्दांत खुलासा केला, "परपंच वाढलाय आई, रोजगार करावा लागतो."

त्यावर बाईनं वाणीचा केर उधळला, "मुलगा मुंबईला धाडलास, त्याच्या नाहीत का मनीऑर्डरी येत?"

"येत्यात मस्त!'' असं रागारागानं उत्तर देऊन देवानं पोरांच्या पाठीत धपके घातले आणि सणाची वाट न बघताच तो चालू लागला.

"द्वाड! म्हार ते म्हार आणि राग कसा नाकावर आहे की!'' हे बाईचे शब्द त्याचा पाठलाग करीत आले.

पाटलाची पोरं आपल्या वाड्यापुढं फटाकडे उडवीत उभी होती. ते बघताच बिंच्याला हट्ट आला. जागच्या जागी घोड्यासारखा नाचत तो ओरडला, "देवा, आम्हाला फटाकड्या दे.''

देवानं त्याच्या दोन कानसुलात ठेवून दिल्या. दंडाला धरून फरफटत म्हटलं, "फटाकड्या उडवनं हे म्हारापोराचं खेळ न्हवंत. चल मुकाट!''

रागाच्या तावात देवानं उरलेली घरं मागितलीच नाहीत. पोरांना फराफरा ओढत तो घराकडे आला.

हातात पितळी आणि कुंकवाचा करंडा घेतलेली रखमा घरातून बाहेर पडली. न्हाऊन-धुऊन तिनं चपचपीत तेलानं माखलेले केस पाठीवर मोकळे सोडले होते. आपल्या काळ्याभोर कपाळावर कुंकवाचा तांबडाभडक टिळा लावला होता. आईला बघताच रडत, हुंदके देत पोरं आज्यापासून दूर झाली आणि रखमाला बिलगली.

"आये, देवानं मारलं बग आमाला.''

सून बाहेर निघालेली बघताच देवानं तिला दटावलं, "कुटं चाललीस गं?''

त्याला वाटलं, पद्धतीप्रमाणे घरोघर फिरून ओवाळणी गोळा करण्यासाठीच रखमा निघाली आहे.

रखमानं पदर नीट घेत उत्तर दिलं, "रामनाकबाबाच्या समाधीला.''

"कशाला?''

"उभी मानसं डोळं पुसंनात माझं. लोकांसाठी मरून देव झालाय रामनाकबाबा, त्येला तरी साकडं घालते!''

"कशाचं साकडं घालतीयास?''

"माझं कुकू जतन कर म्हनून!''

"चल हो माघारी. आपल्या हातानं वाटोळं करून घेतलंया किस्न्यानं, घरातल्या मानसांस्नी बटा लावलाय. आता त्या देवमानसाला कशाला त्येचा जाच? शंभरदा सांगितलं तुला, किस्न्या आपल्याला मेला!''

सासऱ्याच्या तोंडून हे शब्द ऐकताच रखमाच्या काळजाला ओरबाडा निघाला.

"मामाजी, कसं बोलता असं सणासुदीचं?''

मान हलवत म्हातारा खंबीरपणानं म्हणाला, "खरं हाय त्ये बोललो. समाधीम्होरं बसून किस्न्याचं नाव घेतलंस तर त्येची जळकी हाडं उठून थोबाड रंगवत्याल तुजं. कूळ बुडिवलं किस्न्यानं!"

डोळ्याला पदर लावून रखमा बोलली, "पोटीच्या लेकराला बोलता कसं हे?"

"ल्योक कसला, वैरी हाय त्यो! मला न इचारता-सवरता चोरागत पळून गेला. वरीस होत आलं, तोंड दावलं न्हाई मला. कागुद न्हाई, चिट्ठी न्हाई. त्येला सय न्हाई ऱ्हायली घरची. याचा न्हाई त्यो आता माघारी!"

"मग मी कशी दिस काढू त्येच्याबगार?"

म्हाताऱ्याचा चेहरा काळानिळा झाला. ओठांची चमत्कारिक हालचाल झाली. मूठ गच्च आवळून तो म्हणाला, "न्हवरा मेलेल्या बायका कशा जगत्यात? दोन पोरं हायेत तुज्या वट्यात. त्येंच्याकडं बगून जग. जिवात जीव हाय, तोपतूर हाडाची काडं करून सांबाळीन मी तुला."

पण म्हाताऱ्याच्या शब्दानं रखमाची जखम भरून येण्यासारखी नव्हती. ती निश्चयानं म्हणाली, "तसं जगनं होनार न्हाई माज्यानं."

देवाच्या काळजाचा जणू काळा दगड झाला होता.

"मग दे काडी मोडून! पाटाचा दाल्ला कर आन् जा; तोंड काळं करून!"

इतका वेळ घरात बसून गणा हे सगळं ऐकत होता. म्हाताऱ्याची मजल इथपर्यंत गेली, तेव्हा तो चवताळला आणि काठी घेऊन बाहेर आला. एक शिवी हासडून म्हाताऱ्याचं डोकं फोडण्यासाठी धावला, तशी रखमा मधे झाली.

"दाजीबा, हे काय येड्यावाणी?"

म्हाताऱ्याकडे डोळे फाडून बघत गणा ओरडला, "मघाधरनं ऐकतोय मी. सुटल्यावानी बरळाय लागलंय ख्वाड!"

देवा आक्रस्ताळेपणानं पाटी टाकून पुढे झाला आणि गणाकडं पाठ करून बोलला, "हाण, हाण! एकानं कूळ मारलं, तू जीव मार बापाचा!"

मग रखमानं दिराच्या हातातली काठी घेऊन दूर टाकली आणि त्याला विनवण्या केल्या, "मी पाया पडते तुमच्या, दाजीबा. तुमी जावा मळ्याकडं. माज्या गळ्याची आण हाय. याउप्पर एक सबुद बोलला, तर माजं रगत प्याल, दाजीबा. तुमी जावा."

तो, तो देवा जास्तच घुमू लागला. बळंबळं पोरापुढे होऊन म्हणू लागला, "हाण की रं हाण. आरं, रगताचं पानी करून जतन केलं, त्येचं पांग फेड. बापाचा जीव घिऊन हाताचा शीण काढ. आरं, हाण."

या प्रकारानं पोरं घाबरली आणि विलक्षण तऱ्हेनं ओरडू लागली. आजूबाजूच्या

घरातले म्हार गोळा झाले आणि त्यांनी मिटवली. देवाला धरून नेलं, गणाला मळ्याकडं हाकललं आणि बायाबायांनी मिळून पोरांची आणि रखमाची समजूत घातली.

ऐन दिवाळीला हा प्रकार घडला. देवाच्या झोपडीतून आनंद निघून गेला. सगळी सुतक्यासारखी वागू लागली; पण बिंच्याला इतका पोच नव्हता. त्यानं फटाकड्यांचा नाद सोडला नाही... गणाकाकाला गळ घातली. मग गणा उठला आणि पोरांची हौस पुरवायसाठी धोतरात जोंधळे घेऊन सदा वाण्याच्या दुकानात गेला. म्हणाला, ''तात्या, हे घ्या आन् फटाकड्या द्या!''

गळ्यात लिंग घातलेला म्हातारा वाणी खलबत्त्यात पान कुटीत बसला होता. दात नसलेलं तोंड हलवीत त्यानं विचारलं, ''कुनासाठी नेतोस रं बाळा? लगीन झालं न्हाई न्हवं आजून?''

गणा म्हणाला, ''भावाची पोरं हैती की!''

वाण्याला राहावलं नाही. व्यापाऱ्याला न शोभेलसं तो बोलला, ''आरं, दोन दिस पुरलं असतं हे जोंधळं. फटाकड्या काय, जळून राख व्हायच्या!''

गणाला हे पटलं नाही.

''गरिबाची झाली तरी पोरंच असत्यात की वं! त्येस्नी बी हौस हायच की. द्या फटाकड्या!''

''भाऊ काय पैका धाडतो का मंबईसनं?''

गणा लटकं बोलला, ''व्हय, धाडतू की, पर खटला हाय, पुरत न्हाईत.''

फटाकड्याच्या दोन माळा काढून देत वाणी बोलला, ''बराय गड्यानू, तुमा भावा-भावांचं! मानसाला मानूस खायचा काळ ह्यो. इकता येकोपा घावनं कठीन!''

गणानं कपाळाला हात लावला. म्हटलं, ''हाय तुमची मेहेरबानी!''

– आणि धोतरात झाकून त्यानं फटाकड्या घरी आणल्या. लगडी सोडवून दोन्ही पोरांना वाटल्या. पोरं हरकली आणि त्यांनी त्या दिवाळी संपेपर्यंत उडविल्या.

आजूबाजूचे लोक म्हणाले, ''पोरांच्या बानं मंबईसनं फटाकड्या धाडल्या जनू.''

दिवाळी आली आणि गेली. रखमाच्या घराला एक जबरदस्त तडाखा देऊन गेली. देवाच्या काळजाला घरं पडली. तो अबोलका झाला. एकलकोंडा बनला. खाली मान घालून मुकाट्यानं काम करू लागला. त्याची तराळकीही संपत आली. ओले-वाळले तुकडे मिळायचे, तेही न मिळण्याचे दिवस नजीक आले. संसाराचं सारं जू गणाच्या खांद्यावर पडू लागलं. घरची चार तोंडं कशी जगवायची याची काळजी करण्याचे दिवस आले. अशा मोक्यातच दारची शेरडी आटली. घरात

दुभत्याचा दुष्काळ आला. देवाच्या काल्याला दूध मिळेनासं झालं. सकाळ-संध्याकाळ कोरड्याशात भिजवलेली भाकरी अगर पातळ कण्या यावरच त्याचं जेवण होऊ लागलं.

देवाच्या घराला मोठे वाईट दिवस दिसू लागले. रखमी काळजीनं खंगू लागली. तिची मूळची रोहिल्यासारखी अंगकाठी सुकत चालली. रश्शीला घराकडं बघायला सांगून तीही रोजगारासाठी कुठंकुठं जाऊ लागली. शेर-मापटं जोंधळ्यासाठी राबराब राबू लागली. शिळ्या भाकरीच्या बदल्यात तात्या बामणाच्या अंगणाची झाडलोट, गोठ्यातली शेणघाण करू लागली.

बावऱ्यानानाच्या मळ्यात उमाप धान्यधुन्य पिकत होतं, पण गणाची त्यातल्या चार दाण्यांवर मालकी नव्हती. तो चाकरीचा गडी होता. चोरूनमारून काही घरी न्यावं तर बावऱ्याचा म्हातारा आणि म्हातारी डोळ्यात तेल घालून मळ्याची राखण करीत होती.

रखमानं मारमारून बिंच्यालाही कामाला जुंपला होता. महिन्याकाठी दीड रुपाया या रोजगारावर तो बामणाची गुरं राखोळीला नेऊ लागला होता. रानात इतर पोरांच्या संगतीत तो व्हल्या-पारव्याची कोटी हुसकण्यात, चिंचा-बोरं पाडण्यात गुंते आणि गुरं दुसऱ्याच्या पिकात शिरत. पिकांचा मालक आरडाओरडा करी आणि गुरं कोंडवाड्यात घालण्यासाठी गावाकडं हाकून आणी. पटापटा पाया पडत आणि दीनपणानं रडत बिंच्या त्यांच्या विनवण्या करी; पण मालक ऐकत नसे. देवा तराळाच्याच ताब्यात गुरं देऊन निघून जाई. पोराची कड घेऊन देवा मालकापाशी बोलायचा नाही. मुकाट सरकारी चाकरी बजावायचा. मग बिंच्या आईकडे यायचा आणि रडतरडत गुरं कोंडवाड्यात घातल्याची हकिकत सांगायचा. रखमा त्याच्यावर कावायची, कडदरायची.

"पटकी येऊन मरनास का एकवार! चार दिस रडीन आन् मोकळी हुईन. आरं, तुला घातला मातीत – एवडा घोडा झालास तर तुला गुरं संबळायची कशी कळत न्हाईत? आता कोंडवाडा भर आईला इकून!" असं तोंडाला येईल ते बोलायची.

राग शांत झाल्यावर तरातरा मालकाकडं जायची. पदर पसरून म्हणायची, "तुमच्या पायाची धूळ, जी मालक आमी. एकवार माफी करा. चार जोडं हाना शिवट माज्या टकुऱ्यात, पर गुरं सोडा."

पण मालक बधायचा नाही. वाईट-वकट्या शिव्यांचे शेणगोळे अंगावर ओतायचा.

"साले धेड, तुमी आसलंच. पाया पडायच्या निमतानं साखळ्या काढून घेणारी जात तुमची. तू चालती हो."

पण रखमा आपली चिमट सोडायची नाही. पटापटा पाया पडायची, रडायची, थोबाडीत मारून घ्यायची.

मग मालक कातवायचा, संतापायचा आणि कटकट नको म्हणून चावडीवर येऊन देवाला गुरं सोडायला सांगायचा. बिंच्यावरची तोहमत तात्पुरती टळायची.

असे दिवस चालले होते आणि कृष्णाचा काही पत्ता नव्हता. बायका-पोरांना असं वनवासी करून तो पैका कमवायला मुंबईला गेला होता, तो तिकडंच – पाण्यात पडल्यासारखा!

मोगरीनं हाकलून दिल्यापासून कृष्णाचे फार हाल झाले. भिडस्त स्वभावामुळे तो बावऱ्याकडे आणि मामाकडेही गेला नाही. शिवाय त्याला शरमही वाटली. आपली ही दशा त्यांना कशी सांगावी अशी लाज वाटली. डोईचा जखमेचा ठसका सोसत तो साऱ्या मुंबईभर वरावरा हिंडला. खिशातल्या सात-आठ आण्यांच्या पैशांतून आणाभराचे चणे घेऊन भुकेच्या वेळी चावू लागला. अनेक बेवारशी माणसांसारखा रात्री कुठल्या तरी फूटपायरीवर, कुठल्यातरी सार्वजनिक बागेत अंगाचं मुटकुळं करून झोपू लागला. आपल्या या स्थितीचं त्याला वाईट वाटलं. म्हाताऱ्याची, बिंच्याची, रखमाची सय येऊन तो लहान पोरासारखा रडायचा. असंच उठावं आणि जावं गावाकडे. नसेनात का तिकिटाला पैसे. बिनतिकिटाचं जावं, घ्याव्यात लाथा तिकीट कलेक्टरच्या; पण या मायानगरीतून सुटून आपल्या माणसांत पडावं असं त्याला राहून राहून वाटायचं. पण दुसरं मन म्हणायचं, अरे, असा डरतोस काय बायकांसारखा? मर्दासारखा मर्द आहेस. झुंज! ही मुंबई म्हणजे सोन्याची लंका आहे. इथं नोटा रस्त्यावर पडल्या आहेत. त्या उचलायची धमक आणि अक्कल मात्र पाहिजे आणि मग कृष्णा पुन्हा सावरायचा, कामासाठी वणवण हिंडायचा. पण असं काम कुठं मिळणार? दिवसभराची वणवण फुकट जायची. अंग मोडून यायचं. पोटात भुकेचा उंदीर आतडी कुरतडू लागायचा. मग कावाकावानं कृष्णानं पाटीवाल्याचा धंदा करायला सुरुवात केली. भलीमोठी पाटी घेऊन तो दादर स्टेशनपाशी, मंडईपाशी गिऱ्हाइकाची वाट बघत बसू लागला. पण हा धंदा करणारा तो एकटाच नव्हता, अनेक होते. त्यातून कृष्णाच्या वाट्याला क्वचित गिऱ्हाईक यायचं. मैला-दोन मैलाचा तकाटा मारल्यावर कुठं दोन-पाच आणे मिळायचे. तेवढेच मिसळ-पावापुरते झाले अशी समजूत करून कृष्णा उन्हातान्हात, थंडीवाऱ्यात, पावसापाण्यात राबायचा.

पण एके दिवशी बावऱ्यानानाची बायको आणि मालण काही जड खरेदी करून फूटपाथवर उभी राहिली. आई स्वत:च बोजा उचलू लागली, तशी मालण म्हणाली, ''आई, उचलायचं नाही गं तुला. पाटीवाला बघू.''

आईचा जन्म देवडीत गेला होता. जळणारे भारे वागवून तिच्या डोईवर घट्टे पडले होते. ती म्हणाली, "अगं, नगं एवड्यातेवड्याला हमाल. नेते मी."

पण मालण ऐकेना. दुकानाच्या फळीला टेकून पाठमोऱ्या बसलेल्या पाटीवाल्याला तिनं टेशीत हाक मारली, "ए पाटीवालाऽ –"

"आलो जी", असं म्हणून पाटीला हात घालत कृष्णानं वळून बघितलं, तो मालण आपल्या आईशी हुज्जत घालत असलेली! त्यासरशी तोंड पाटीआड लपवून कृष्णा तिथून निसटला आणि मग हे काम करायची शरम वाटली. पाटी कचऱ्याच्या पेटीत टाकून तो तडक मामाकडं आला.

मामांनी त्याला अगत्यानं बसवून घेतला. त्याची वाढलेली दाढी, तोंडावरची कळा बघून त्यांना कळवळा आला. पातळ भाजी आणि पाव यांनी भरलेली बशी कृष्णाच्या पुढ्यात ठेवून लहान पोरं जेवताना आई बसते तसे मामा कृष्णापाशी बसले.

अधाशीपणानं गबागबा कृष्णानं ते सगळं खाल्लं आणि वर ढसाढसा चार ग्लास पाणी प्याला.

चश्म्यातून त्याच्याकडे बघत मामा म्हणाले, "आणखी हवे का?"

धोतरानं तोंड पुसत कृष्णा म्हणाला, "नगं मामा. लई उपकार झालं!"

यावर बोट नाकावर ठेवून मामा लटक्या रागानं बोलले, "चूप, असलं बोलणार असलास तर चालता हो बघू इथून."

– आणि त्यानं प्रत्यक्ष अंगातल्या गादीपाट कापडाच्या छाटणीचे मोकळे खिसे मामांना दाखविले.

पण मामांनी त्यालाच दरडावलं, "अरे व्यापार आहे म्हणून माणुसकी सोडू काय? मुंबईत आलो तेव्हा एक पंचा होता माझ्याजवळ. अशीच भूतदया दाखवली म्हणून जगलो ना? घाबरू नकोस, हा तमाशा सुटला तर दुसरा!"

पण हातवारे करून कृष्णानं मामांचं म्हणणं उडवून लावलं.

"आता तमाशाचं नाव नगा काडू मामा. घरी मानसं उपाशी ऱ्हात्यात म्हनून हाकडं आलो, पर हातं माज्याच नशिबी आली उपासमार. शाप डुबिवलं बाईनं!"

मामांनी मान डोलवीत होकार दिला.

"बुडवील हो बुडवील." आणि हलक्या आवाजात म्हटलं, "तसल्याच असतात त्या बायका. अरे लेका, कागद तरी करून घ्यायचा एक पक्का!"

"कुठला कागद, मामा... खेड्यातली मानसं आमी... अडानी."

"हेच चुकतं बाबा. जग म्हणजे चोरांचा बाजार. अक्षरात गुंतवलं पाहिजे, नाहीतर असा बसतो फटका!"

कृष्णा हताशपणानं म्हणाला, "चुकलं ते समदंच!"

"धीर नको सोडूस, काम बघ दुसरं. ह्या मुंबईत कुणी उपाशी मरत नाही. झालीच अन्नाची पंचाईत तर इकडे ये. मी आहे इथे बसलेला. अरे, आपण सारेच परदेशी या गावात! बघ, काही काम बघ."

कृष्णा पडल्या आवाजात बोलला, "व्हय बघतो कुठं तरी गोदीत, गिरनीत."

"बघ, बघ. काम कसलेही हलके नाही हो. मी चांगला ब्राह्मण, पण या हॉटेलात भजी तळायला राहिलो. आलोच की नाही आता या जागेवर. चार पैसे कमावले आहेत. हपसाच्या दोन बागा आणि मंगळुरी कौलांचं घर उठवले आहे. इथे नव्हे, गावाकडे आपल्या. इथे कमवायचे आणि भरायचे कोकणात!"

"त्योच इचार करून मी आलो होतो मामा. पण आपलाच दाम खोटा!"

"खुळा आहेस काय? अरे, खटपट करणाऱ्या माणसामागे दैव कुत्र्यासारखे येते गाडीमागच्या." आणि गल्ल्यातले दोन रुपये काढून मामांनी कृष्णाच्या खिशात टाकले. "हे असू देत जवळ. मुंबईत पावलापावलांवर पैसा लागतो हो!"

कृष्णा कळवळला. म्हणाला, "नगा आता लई उपकार करू मामा."

सुटलेल्या शेंडीची गाठ मारीत मामा म्हणाले, "उपकार कसले? कर्तव्य आहे हे! आणि हे बघ, रात्री पडायला इथे येत जा हो. मागे जागा आहे भरपूर. फूटपायरीवर वगैरे झोपू नकोस. घराकडे पत्र धाडू काय तुझ्या?"

"कशाचं पत्तर आता मामा! आता जाईन तकडं, त्यो पैशाचा कसा कमरंला लावूनच!"

"आता वळणावर आलास! अरे, रामदासांनी म्हटलेच आहे, 'यत्न तो देव जाणावा' – कसे!"

मग कृष्णाला जोर चढला. लाज, शरम सोडून तो गोदीत हमाली करू लागला. कचाकच जड पोती उचलून मोटारीत भरू लागला. दिवसभरच्या राक्षसी श्रमांमुळे त्याचं सारं अंग मोडून येई. हात-पाय ठणकू लागत. रात्री मालिशवाल्याकडून तो अंग चोळून घेई आणि मामाच्या हॉटेलात येऊन पडे. पुन्हा सकाळी उठून कामाला जाई. इतर मजूर घरून आणलेलं जेवण खात. रिकाम्या बसलेल्या कृष्णाला विचारीत, "काय पावनं, जेवन न्हाई आनलं?"

कृष्णा लटकंच सांगायचा, "न्हाई... तुमी जेवा की!"

पण पाव्हणे वनवासी आहेत ते त्यांना उमजायचं आणि आपल्यातलं थोडकं अन्न कृष्णाला देत ते म्हणायचे, "तसं कसं? घ्या की. खावा आमासंगं थोडं."

कृष्णा ते खायचा आणि मग दिवस त्याच्यावरच काढायचा. पोटाला चिमटा घेतल्याशिवाय पैसा मागं ठेवता येणार नाही, हे त्याला पक्कं उमगलं होतं. मामांनी जेवणा-खाण्याची चौकशी केली तरी तो खोटंच जेवलो म्हणून सांगायचा आणि

पुरी-मिसळ वा भाजी-पाव खाऊन गुजराण करायचा. पण गोदीच्या हमालीत तमाशासारखा पैसा कुठला मिळायचा?

कृष्णा उपासातापासानं आणि कामाच्या आचीनं खंगू लागला, चिपाडासारखा झाला, तरी त्यानं काम सोडलं नाही. तो पक्का इरेला पेटला होता. पण असं जिवाअघोरी काम चार-सहा महिने करताच त्याच्या अंगातला कस पार निघून गेला. तो उदास आणि अशक्त दिसू लागला.

मग एके दिवशी मामांनी त्याला डाफरला, ''रे कृष्णा, पांढऱ्या पालीसारखा दिसू लागलास. गोदीतलं काम मानवत नाही का तुला?''

''न मानवायला काय झालं मामा?''

''खोटं बोलतोस? सोड ते काम. अरे, तब्येत ठीक तर त्या कमावण्याचा उपयोग. चल, माझी एका मिल-मॅनेजरशी ओळख आहे. त्याच्या ओटीत घालतो तुला. तिथे पैसाही बरा दिसेल आणि कामही थोडे हलके होईल.''

कृष्णानं आढेवेढे घेतले नाहीत. तो मामांच्या वशिल्यानं गिरणीत चिकटला आणि साचे चालवायचं काम शिकू लागला.

थोरला लेक परागंदा झाला आणि धाकट्यानं काठी उगारली तेव्हापासून देवानं खालीच घेतलं. त्याची तराळकी केव्हाच सुटली होती. तो आता मोकळाच होता, तरी ही मोकळीक त्याच्या जिवाला मानवली नाही. तो वरचेवर खंगू लागला. त्याचं आता भरत आलं होतं हे त्याला उमगलं होतं आणि त्यामुळेच त्याला उदास उदास वाटत होतं. प्रपंचाच्या या उसाभरीतून तो आता अलग होऊ पाहत होता. घरात काय आहे, काय नाही याची चौकशी करीत नव्हता. म्हातारपणी आपली अशी दशा झाली असं कुणापाशी बोलत नव्हता. फारसा कधी कुणाशी बोलत नव्हता. घराच्या एखाद्या कोपऱ्यात हात-पाय आखडून विचार करीत बसत होता. सून देईल ते खात होता आणि मुक्यानंच नातवंडांच्या पाठीवरून हात फिरवीत होता.

गणा आणि रखमा त्याला नीट बघत होती. आपल्यापरीनं ती म्हाताऱ्याला सुखच देत होती; पण देवा उदासच होता. या प्रपंचात, पोरांच्या धबडग्यात त्याचा जीव आता रमत नव्हता. त्याला कसनुसं वाटत होतं, काळजात कालवाकालव होत होती. या मायाजाळातून तो आता निसटू पाहत होता. हयातभर पोटासाठी कष्ट केले. पोटाचा हा टीचभर खळगा भरण्यासाठी नाना भानगडी केल्या, चहाड्या केल्या, लबाड्या केल्या. मतलब साधण्यासाठी चांगल्याला वाईट म्हटलं आणि वाईटाला चांगलं ठरवलं अशी जाणीव होऊन देवाला कसनुसं वाटत होतं. आता बसता उठता तो 'हरी हरी' म्हणे. दिवस मावळताच पोटात दोन घास ढकलून आणि कांबळं पांघरूण देवळापुढच्या धुरळ्यात जाऊन बसे. ध्यान देऊन पोथी ऐके. मास्तरांनी सांगितलेला अर्थ त्याला पटे. 'हा नरदेह केवळ मातीचं मडकं. त्याला जपण्यात, शृंगारण्यात फायदा नाही. हा संसारही मिथ्या आहे. त्याच्या मागं लागून आयुष्य फुकट वेचू नये. सर्वांत एक हरिनाम सत्य आहे आणि त्यावाचून गती नाही', हे पोथी वाचणाऱ्या मास्तरांचे बोल देवास पटले होते. एकटा-दुकटाच बसून तो हरिनाम गाई, 'रूप पाहता लोचनी, सुख झाले हो साजनी', हा ज्ञानुबारायाचा अभंग म्हणता म्हणता त्याच्या सुरकुतल्या गालांवरून पाण्याचे ओघळ वाहत. आता एकवार पंढरीला जावं, हा बरबटलेला देह चंद्रभागेत बुचकळावा, संतांचे चरण धरावेत, मन तृप्त होईपर्यंत टाळमृदंगाचा

गजर ऐकावा. पांडुरंगाचं नाव ऐकावं, मंगळवेढ्याच्या कुसवाखाली दडपून ज्याला हरीनं आपल्या पायांपाशी नेलं, त्या चोखाची समाधी बघावी. 'पाषाण करी पायरीच्या मिषे, तुझ्या पायी बसे, ऐसे करी!', असं बोललेला तो नामा ज्या पायरीखाली झोपला आहे त्या पायरीवर तुळशीमाळा वाहाव्यात, लोटांगण घेत जावं आणि सुंदर ते ध्यान डोळ्यांनी बघावं, त्या सावळ्या श्रीमूर्तीच्या पायांवर डोकं ठेवावं, रंगशिळेवर नाचावं आणि राऊळात उभं राहून अहोरात्र विठ्ठलनामाचा गजर करावा असं त्याला वाटत होतं. म्हणून नेट धरून तो एके दिवशी गणाला बोलला, "आरं, मी पंढरीला जातू. मला एकवार देवदर्शन घ्यावं वाटतंया."

गणा नुकताच मळ्यातून आला होता. पागुटं काढून भुईवर बसला होता. रश्शीला जवळ ओढून तिचा मुका घेत तो बोलला, "हा थकिस्त जीव घेऊन कसा जाशील? तुझ्यानं आता वाटचाल हुनार न्हाई!"

रखमा फाटक्या लुगड्याला जोड देत बसली होती. ती म्हणाली, "अवं, अगुदर तरी बोलायचं. आपल्या गावची समदी वारकरी मंडळी गेली. आता सोबत कुनाची?"

म्हाताऱ्याला नीट ऐकू आलं नाही. तो लेकापाशी सरकला आणि म्हणाला, "का म्हनालास गना?"

मग गणानं आवाज चढवला, "वारकरी मानसं कवाच गेली. तुला सोबत कुनाची?"

सून बोलली, "आन् वारीच्या दिसांत गर्दी मायंदाळ आसती, रोगराई आसती, अंमलदार धरून टोचत्याल – दंडात सुई खुपसत्याल. म्हाताऱ्याचा निबाव न्हाई लागायचा ततं!"

भुईवर हात टेकून लेकाकडं बघत देवानं उत्तर दिलं, "आरं, जाईन बसत-उठत. इटुबा दील माज्या पायांत बळ!"

"हं, इटुबा देतुया बळ!" सुनेनं देवाचं म्हणणं हाणून पाडलं, "वाटंतच परान जाईल. कायतरीच मामाजींचं!"

मग देवा खाली बघत उगीच बसला.

लेकाला वाईट वाटलं. तो नरमाईनं बापाला बोलला, "जा, तुजी विच्च्या असली तर. पर चालत नगं, मोटारीनं जा."

देवानं डोळे मिटून मान हलवली, "आरं, मोटारीनं जानं खरं न्हवं... आपन कुटं इकतं तालेवार हाय? आन् वारी पायीच करावी."

त्यावर कुणीच बोललं नाही. रखमा बोलली नाही.

गणा पुतणीच्या कानात कुर्रर्र करून तिला हसवू लागला. पोरगी खिदळून तंगड्या झाडू लागली तशी रखमाही कौतुकानं हसू लागली.

मग देवा अंगावरची चिरगुटं गोळा करून कोपऱ्यात सरकत बोलला, "तुमची मर्जी! बसतो बापडा गप!"

– आणि पाय आखडून कोपऱ्यात बसलाही!

मग गणा कष्टी झाला. म्हातारपणी बापाची इच्छा पुरवली नाही तर त्याचा तळतळाट लागेल असं त्याला वाटलं. तो वहिनीला म्हणाला, "जाऊ दे वयनी त्येला. म्हातारपनी देवाधर्माची लई सय येती. त्येचं मन आता परपंच्यात न्हाई. सरत्या काळात त्येला देवाला भेटू दे!"

दिराचा दुजोरा आला तसं रखमाला बोलणं भाग पडलं.

"जाईनात का बापडं! मी कुठं नगं म्हनतीया. आन् आता म्हनं देवळंबी आपल्या लोकांस्नी उघडी झाल्याती. थेट इटुबारायाच्या पायांवर डोक्सं टेकाय मिळतंय म्हनं!"

मग गणा बापाला म्हणाला, "जा तू, आमची ना न्हाई. वारीचंच दिस हायेत; कुनाचीबी सोबत मिळंल. वारकऱ्याची रीघ लागली आसंल वाटंनं."

"जा तुमी मामाजी. आपल्या हातलं कैकजन देवदर्शन घिऊन आलं म्हनं!"

"व्हय, व्हय." गणानं दुजोरा दिला, "त्यो तुका म्हार पार आत जाऊन देवाच्या पायांवर डोक्सं ठिवून आला."

लेक आणि सून असं बोलताच देवा हरकला. आपल्याला पंढरीला जायला मिळणार याचा त्याला आनंद झाला. मग त्यानं रश्शीला जवळ ओढून तिचे मुके घेतले. आज्याच्या वाढलेल्या दाढीचे खुंट टोचू लागले तशी ती गाल चोळू लागली.

मग म्हाताऱ्याच्या वारीला जाण्याची तयारी झाली. सुनेनं सासऱ्याच्या अंगावरची धडुती सवळेच्या मातीनं खळणी केली. गणानं आपला जोडा बापाला घालायला दिला. रखमानं व्हंडीच्या आठ-दहा जाड भाकरी, कण्या ही शिदोरी बांधून दिली.

पाठीशी घोंगड्याची खोळ टाकून कमरेला धोतर आवळून देवा पंढरीला निघाला. गणानं त्याला दोन-पाच आणे कोणाकडून उसनेपासने आणून दिले.

वरचेवर 'येतू रं, येतू रं', करीत देवा घरातच घुटमळू लागला. मन कितीही विटलं तरी ते असंच आहे. देवाचा पाय घरातून निघेना. मग बिंच्या आला आणि म्हणाला, "देवा, आमाला डाळं, चिरमुरं, बत्तासं आन बरं का!"

म्हातारा म्हणाला, "व्हय, आनीन माज्या लेकराला!"

– आणि पुन्हा लेक आणि रखमा यांना बोलला, "जातू मी. पोरांस्नी नीट संबाळा. मी लगी म्हागारी येतूच."

त्यावर सून बोलली, "बरं, निगा आता. उनाच्या आत जेवडी वाटचाल हुईल

तेवडी बरी.''

– आणि देवा निघाला. पाठीशी घोंगड्याची खोळ टाकून काथ्यानं बांधलेला जोडा ओढत गावाबाहेर पडला.

गणा वेशीपर्यंत घालवत आला होता. त्याला म्हणाला, ''अरं, तू फीर आता माघारा, नगं तकाटा घिऊस.''

गणा म्हणाला, ''सांभाळून जा. भाकरी लई वाळल्या, चावन्यासारख्या न्हाई ऱ्हायल्या, तर दुदात भिजवून खा. पैसं देऊ का दुदाला?''

''नगं, नगं. हायेत माज्यापाशी!''

मग गणा माघारी फिरला आणि म्हातारा चालू लागला.

देवा महार पंढरीच्या वाटेला लागला.

कधी सडकेनं, तर कधी पाऊलवाटेनं चालावं, थकल्यासारखं वाटल्यास झाड बघून सावली धरावी. पुन्हा उठून वाट तुडवावी. वाटसरूंशी चार गोष्टी करीत अंतर लवकर कापावं. रात्र झाली तर गाव गाठून धर्मशाळेत गबाळं टाकावं, भाकरी खावी. घोंगडं अंथरूण त्यावर पडावं. पहाटे चांदणी उगवताच पुन्हा उठून चालू लागावं...

असं करत करत देवानं मजल मारली आणि एके दिवशी सकाळच्या प्रहरी तो त्या पुण्यनगरीत पोहोचला.

'धन्य ही पंढरी, सुखाची मांदूस!'

'या पंढरीत आजवर किती संत आले! कितीजणांचे पाय इथं लागले!

तो योगियांचा राजा ज्ञानदेव, तो त्याचा गुरू निवृत्ती, तो सोपान नि मुक्ताबाई! तो भोळा नामा आणि त्याची दासी जनी. तो देहूचा वेडा, तो अरणभेंडीचा माळी, तेरढोकीचा कुंभार आणि चोखा महार!

धन्य धन्य ही पंढरी!'

संत म्हणतात, 'अहो, जेव्हा नव्हते चराचर, तेव्हा होते पंढरपूर!'

अशा या पंढरीत पोहोचताच देवाचा शीण पार उतरला. चंद्रभागा दिसताच त्यानं हात जोडले – 'पुंडलिक वरदा हरि विठ्ठल!'

चंद्रभागेच्या वाळवंटात वैष्णवांचा मेळा जमला होता. अपार भक्तगण जमले होते. बायाबापड्या, उंच-नीच, लहान-थोर सारे चंद्रभागेच्या निर्मळ जलात वासनेची पातकं प्रक्षाळीत होते. 'हरि हो, हरि हो!' म्हणून बुड्या घेत होते.

हे दृश्य बघून देवा कावराबावरा झाला. गोंधळून गेला. वाळूत पाय रुतवून उगाच हा सोहळा बघत राहिला. मग एकाएकी त्याला वाटलं, या गर्दीत घुसून आपणही पुढे व्हावे, या गंगेत बुडी घ्यावी, पावन-निर्मळ व्हावं आणि त्या भरात

पाठीवरचं गबाळं सावरीत तो सपाट्यानं पुढे झालाही; पण गर्दी लागताच कावराबावरा झाला. चांगलेचुंगले कपडे घातलेली मंडळी स्नान उरकून घाटाकडे परत जात होती. त्यांना धक्का लागेल, या जाणिवेनं देवानं आपल्या अंगाचा कूर्माप्रमाणे संकोच केला आणि तो एका बाजूला झाला. त्याच्या मनात आलं की, 'या थोर मंडळींत घुसून आपण कसं स्नान करावं? त्यांच्या अंगावर आपल्या अमंगळ देहाचं पाणी पडेल आणि त्यांना विटाळ होईल.'

मग तो गोपाळपुराकडे खाली खाली गेला. आपल्या अमंगळ देहाचं पाणी आता कुणाच्या अंगावर जात नाही याची खात्री करून घेऊन त्यानं गबाळं खाली ठेवलं, अंगरखा काढला आणि शुद्ध लंगोटी लावून तो चंद्रभागेच्या जळात शिरला. थंडगार पाण्याचा स्पर्श होताच त्याचं अंग शहारलं.

'हर गंगे भागीरथी.'

देवा धारेत बसला. ओंजळीनं पाणी उडवून त्यानं आपली पाठ भिजवली. त्या निर्मळ पाण्यानं आपलं अंग निर्मळ केलं.

मग अंग चोरून घेत घेत तो घाट चढला आणि महाद्वारापाशी आला. दोन्ही अंगांनी दुकानांच्या रांगा लागल्या होत्या. अबीर-गुलालाची दुकानं, भांड्यांची दुकानं, पेढे-बर्फीची दुकानं... यातील काय घ्यावं आणि काय नको? देवासाठी साखर घ्यावी, कापूर घ्यावा.

कनवटीचा एक आणा काढून देवानं हे जिन्नस घेतले.

चोखा मेळ्याच्या समाधीपाशी एक पोरगा कपाळाला बुक्का फासून बसला होता. आल्या-गेल्याला म्हणत होता, "या हो, या महाराज. चोखा-मेळ्याची समाधी आहे, हरिजन देवस्थान आहे!"

रिवाजाप्रमाणे ही ललकारी त्यानं देवापुढेही ठोकली. तेव्हा देवा गुडघ्यांवर हात देऊन त्याला म्हणाला, "पोरा, अरं मला ठावं हाय. ह्यो चोखोबा मंगुड्याच्या कुसवाखाली घावला, तवा नामदेव ततं गेला. अपार मानूस खर्ची पडलं हुतं. हाडांचा खच पडला हुता. त्यातली चोखाची हाडं कशी वळकावी? मग नामानं एक-एक हाड उचलून कानाला लावलं. ज्यातनं 'हरि, हरि', असा शबुद आला, ती हाडं उचलून वट्यात घेतली आन् हातं ठेवून त्यावर ही समाधी बांधली!"

तसा तो पोरगा हसला, बोलला, "बाबा, तुम्हाला ठावं हाय हां."

मग देवानं कापूर लावला, साखर ठेवली. एक पैसा ओवाळून पोरापुढे केला. तेव्हा त्यानं सांगितलं, "बाबा, हरिजनांना देवळात जाण्याची परवानगी आहे. तुम्ही आत जा, देवदर्शन घ्या जा."

देवानं मुखवटा फिरवून मागं बघितलं.

पायरीवरचा नामा प्रसन्न चेहऱ्यानं बघत होता. गळ्यात फुलांच्या माळा घेऊन

बघत होता. विठोबाला 'तू माझी पक्षिणी, मी तुजे अंडज', म्हणून आळवणारा 'घालीन लोटांगण, वंदीन चरण', म्हणत राऊळात नाचणारा, 'न पढावे वेद। नको शास्त्रबोध। नामाचे प्रबंध। पाठ करा', अशी उच्चस्वरानं आरोळी ठोकणारा हा नामा आणि 'डोईचा पदर पडला खांद्यावरी, भरल्या बाजारी जाईन मी', म्हणणारी ती त्याची दासी-जनी.

धन्य, धन्य!

देवानं दोन्ही हात जोडले. तो सद्गदित झाला. मग नामदेवाची पायरी ओलांडून तो पुढे गेलाच नाही. सुंदर ते ध्यान त्यानं बघितलंच नाही. रंगशिळेवर उभा राहून तो नाचला नाही की, त्यानं गरुडखांबाला मिठीही मारली नाही. तो म्हणाला, ''देवा, मी आत येनं खरं न्हवं! मी म्हार... वंगाळ जातीचा. हे हाड पयलंच बाटल्यालं हाय. ते घिऊन मी तुज्यापशी कसा येऊ? देवा, त्ये माझ्याच्यानं व्हनार न्हाई! आता आमा लोकांना तुज्या पायांजवळ जान्याची परवानगी मिळालीय, हे खरं; पन जानारं जातील, मी मातुर येनार न्हाई! मी माजी पायरी सोडनार न्हाई. वाडवडील वागत आलं, तसाच मीबी वागीन. देवा इटुबाराया, ह्यो बाटल्याला धे घेऊन मी काय आत येनार न्हाई. आपली लायकी न्हाई!''

म्हाताऱ्या देवाच्या डोळ्यांतून पाण्याच्या धारा लागल्या. त्या पुसत पुसत तो बोलला, ''देवा, आता माजं भरत आलंया, मला कसनुसं वाटतंय. ह्यावर पुन्हा तुज्याकडं येनं माज्याच्यानं व्हनार न्हाई. हे तुजं शेवटचं दर्शन!''

एवढं बोलून देवा खाली पडला. बराच वेळ पडला.

लोक बोलू लागले, ''अरे, म्हातारा मेला काय?''

पण देवा उठला आणि चिरगुटानं डोळे पुशीत, वरचेवर मागं बघत पेठेत गेला. पोरांसाठी त्यानं चिरमुरे घेतले, सुनेसाठी कुंकू घेतलं आणि मग सावकाशीनं तो परत फिरला – देवडीला येण्यासाठी निघाला.

पंधरा

सकाळच्या प्रहरी गणा मोटेवर होता. गीत गात मोट हाकत होता. शेपट्या झाडीत आणि नाकानं फुत्कार करीत बैलं मागं-पुढं होत होती. मोटा ओढून ओढून त्यांच्या तोंडाला फेस आला होता. मोटेचं चाक रडगाणं गात होतं. कातडी मोटेचं पोट वाफ्यात मोकळं होत होतं. पाटातून पाणी पळत होतं आणि गावाकडच्या बाजूनं 'गणा, गणा', अशा हाळ्या देत बिंच्या आला. धावतपळत आला. त्याच्या हातात कार्ड होतं. मोट थांबवून गणानं विचारलं, ''का रं पोरा, काय हाय?''

पळून दमलेला बिंच्या धापा टाकीत बोलला, ''कागुद दिला त्या टपालवाल्यानं.''

''आँ? कुनाचा रं?''

मग मोट ओढून गणा गावात आला. शाळामास्तरला कार्ड देऊन म्हणाला, ''बगा मास्तर, किस्नाचं हाय काय?''

मास्तरांनी बघितलं आणि सांगितलं, ''नव्हे, बावऱ्या महाराचं आहे.''

''का म्हनतोय?''

''मंबईहून बावऱ्या येदू महार याचा गणा देवा यास आशीर्वाद. पत्र धाडणेस कारण की, थेटरमध्ये चौकशी केली असता कृष्णा तिथून नोकरी सोडून निघून गेल्याचे समजले. तेव्हा खरी गोष्ट काय आहे? तो गावाकडे आला आहे काय? तुम्हाकडे काही पत्र आले आहे काय, हे सविस्तर कळविणे. आम्ही घोरात आहोत.''

पत्र ऐकून गणा चरकला. वरचेवर मास्तरांना पुसू लागला, ''खरं म्हणता का? असं लिवलंया त्यात?''

''हो. मी काय पदरचं सांगतो का?''

''न्हवं – पर बावऱ्यालाबी पत्त्या न्हाई म्हनल्यावर जावा कुटं बरं?''

पण मास्तरांनी काय सांगावं? पत्र वाचून ते मोकळे झाले.

शाळेच्या पायरीवर विचार करीत गणा बसला. हा काय तिढा झाला हे त्याच्या डोक्यात येईचना. कृष्णा गेला कुठं? एवढ्यात महारवाड्याकडून पळतपळत भोजा आला आणि घाबऱ्या घाबऱ्या म्हणाला, ''गना, घराकडं चल!''

''का रं?''

''चल अगुदर, ऊठ.'' आणि काय हे न सांगताच भोजानं

त्याला उठवून घराकडं नेला.

देवाच्या घरापुढे गाडी उभी होती. वारीहून परतणारे काही अनोळखी महार होते. गणाच्या घराभोवती माणसांची थाप लागली होती आणि आतून रखमाच्या आणि रश्शीच्या रडण्याचा आवाज येत होता.

गणाच्या काळजाचं पाणीपाणी झालं. दारात गर्दी करून उभ्या राहिलेल्या बायाबापड्यांत घुसून तो आत आला.

देवा डोळे झाकून घोंगड्यावर पडला होता आणि महारवाड्यातली म्हातारी महारं, बायका त्याच्याभोवती सुतकी चेहऱ्यानं बसली होती.

गणाला बघताच रखमा मोठ्यानं ओरडली. गळा काढून रडत म्हणाली, ''दाजीबा, मामंजीस्नी कशाला वं धाडलं पंढरीला?''

मग रडक्या तोंडानं गणा पुढं झाला आणि देवाच्या खांद्याला हलवीत बोलला, ''देवा, देवा, मी गणा आलुया बग!''

– आणि देवाचा ओढलेला चेहरा आणि अंथरुणा-धोतरात त्याची झालेली, होत असलेली विटंबना बघून गणानं हंबरडा फोडला.

''देवा, देवा!'' अशा मोठ्यानं हळ्या देऊन तो बापाला हलवू लागला. तशी रखमा जास्तच रडू लागली.

म्हाताऱ्या बायका स्वत: रडत तिला पोटाशी धरून समजूत काढू लागल्या, ''गप पोरी, गप. अगं, तूच धीर सोडल्यावर दिरानं कसं करावं?''

गणाला म्हातारे महार डाफरू लागले, ''गप रं तू. आवाज करू नगंस. धाकली पोरं भ्या घेतील आन् बापयानं धीर सोडला, तर त्या पोरीनं काय करावं रं? नवरा परागंदा आन् सासऱ्याचं आसं. आं?''

मग म्हाताऱ्याला शुद्ध आल्यासारखी झाली. हातानं तो काहीतरी चाचपू लागला आणि ओढलेल्या डोळ्यानं टकाटका बघू लागला. तसा माणसांनी गणाला पुढं ढकलला. देवाचा हात गणाच्या अंगाला लावून सांगितलं, ''देवा, सावध हो, ह्यो गना हाय तुजा.''

म्हाताऱ्यानं गणाचं अंग चाचपलं. मग मंडळी म्हणाली, ''गना, मांडी दे, मांडी दे.''

गणाच्या मांडीवर डोकं ठेवल्या ठेवल्या म्हाताऱ्यानं त्याचा चेहरा रखारखा बघितला आणि मग तो काहीसं बोलला; पण ते कुणाला ऐकूच आलं नाही.

– आणि मग देवा मेला!

सारं घर रड्यानं भरून गेलं. गणा आणि रखमा म्हाताऱ्याच्या अंगावर पडून पडून रडली. इतकी रडली, इतकी ओरडली की, त्यांच्या घशातून आवाज निघेना. त्यांचे डोळे सुजले.

महार मंडळी म्हाताऱ्याचं शेवटचं तोंड बघून बघून गेली.

असले अनेक प्रसंग बघितलेल्या ढाणक मंडळींनी उत्साहानं पुढची व्यवस्था केली.

म्हाताऱ्याचा देह सरपणावर चढला.

चिता पेटवायसाठी आणलेल्या विस्तवावर विड्या पेटवून मंडळी गोष्टी करीत चितेभोवती बसली. 'ते लाकूड पुढं ढकल. हां, आता जळंल', असं म्हणत त्यांनी चितेच्या नाना हकिकती सांगितल्या.

ते असू. अखेर देवा मेला. थोरल्या पोराची गाठ न घेताच गेला. देवडीतला एक चांगला महार नाहीसा झाला.

म्हातारा मेला ती जागा सारवून रखमानं तिथं दिवा लावून ठेवला. भोवती पीठ पसरलं. वर दुरडी झाकली. ती जेव्हा उघडली तेव्हा पिठावर कबुतराचे पाय उठलेले रखमानं बघितले. ती मनाशी म्हणाली, "मनाचा पाक म्हातारा. त्येनंच पाखराच्या जन्माला गेला."

मग घर अगदीच भकास वाटू लागलं. रखमाला रडायला येऊ लागलं. ती घडी- घडी सासऱ्याची आठवण काढू लागली. आता 'पोरी' म्हणून भरीव आवाजात आपल्याला कोण हाक मारणार? रात्री अंगणातल्या बाजेवर अभंग म्हणत रश्शी-बिंच्याला कोण झोपवणार? चिपाडाऐवजी लाकडांचं सरपण जाळल्याबद्दल कोण रागं भरणार?

म्हातारा देवा मेला आणि घरात रखरख आली. कशालाच पुरवठा पडेना. मिळवती दोन माणसं घरातून गेल्यामुळे सगळी ओढाताण होऊ लागली. मग रखमानं डोळ्याला पाणी आणून दिराला सांगितलं, "दाजीबा, आता सोय न्हाई. मंबईला जाऊन हेस्नी घिऊन आल्याबगार काय नीट लागायचं न्हाई."

भावजयीचं म्हणणं दिराला पटलं. दोघांनी मिळून विचार केला. मुंबईला जाण्यासाठी पैसे पाहिजे होते. वीस-पंचवीस रुपये तरी गाठीला पाहिजे होते. ते आणावे कुठून? गणा आणि रखमा साऱ्या गावात वणवण फिरली. ओळखीच्या ठिकाणी भीड घालून उसनवार पैसे मागू लागली. पण त्यांची पत काय? त्यांच्याजवळ काय होते म्हणून त्यांना एवढी मोठी रक्कम कुणी हात उसनी द्यावी? मग दोघांनी दारातलं चार पायांचं जनावर बेचायचं असं ठरवलं आणि देवाच्या काल्याला आणि गणाच्या चहाला दूध देणारी शेरडी गिऱ्हाईक बघून देऊन टाकली. गिऱ्हाईक शेरडी ओढून नेताना बघून रश्शी, बिंच्या रडरड रडली. रखमालाही वाईट वाटलं. म्हाताऱ्याच्या मागोमाग दावणीचं जनावरही गेलं. असंच हळूहळू सगळंच जाणार नाही ना असली अभद्र शंका तिच्या मनानं घेतली आणि मग पुन्हा स्वत:चंच समाधान करून घेतलं. दिराच्या जाण्याची तयारी केली.

जुनापाना कोट घालून गणा मुंबईला जायला निघाला.

रखमा त्याला वेशीपर्यंत पोहोचवीत गेली. वेशीजवळच्या पिंपरणीच्या सावलीला बसून ती दोघं खूप बोलली. दिरानं मुंबईत कसं जपून वागावं, खाण्यापिण्याचे हाल करू नयेत, पोहोचल्याचं सविस्तर कार्ड टाकावं, वाटेल ते झालं तरी कृष्णाला घेऊन यावं, वगैरे गोष्टी पुन्हा सांगितल्या. दिरानं भावजयीला पोरंबाळं सांभाळून धीरानं दिवस कसे काढावे, मुळीच काळजी न करता घरात असलेलं धान्यधुन्य रांधून पोटाला व्यवस्थित खावं, आपण काही कुणाचं वाईट केलं नाही तेव्हा आलेले दिवस जाऊन आपण शेवटी सुखच मिळवू इत्यादी गोष्टी सांगितल्या. खरोखर आजपर्यंत कधी इतक्या जिव्हाळ्यानं, इतकं मन खोलून ती दोघं बोलली नसतील!

मग डोळे पुशीत पुशीत रखमानं दिराला निरोप दिला.

उन्हाचा ताप कमी करण्यासाठी ओल्या धोतराची घडी डोईवर घेऊन गणानं पाय उचलले.

चौदा-पंधरा मैल काळ्या रानातून गेलेली गाडीवाट तुडवल्यावर स्टेशन आलं.

गावाबाहेर असलेलं रुक्ष स्टेशन! धुळीनं भरलेल्या फलाटावर एक-दोन लिंबांची हिरवीगार झाडं तेवढी डोळ्याला गारवा द्यायला उभी होती. बाकी सगळं रुक्ष. गाडी यायला अद्याप तीन तास अवकाश होता. त्यामुळे स्टेशनवर गजबज नव्हती. पार्सल करण्यासाठी आलेल्या अंड्यांच्या करंड्या आणि कापडाचे गठ्ठे स्टेशनमास्तराच्या घरापुढे पडले होते. त्याची सडपातळ बायको नळावर पाणी भरत होती. निळं डगलं घातलेला पोर्टर लिंबाखाली टेकवलेल्या हातगाडीवर झोपला होता आणि समोर बोडक्या माळाच्या पार्श्वभूमीवर रेल्वेचे अरुंद रूळ उन्हानं लकाकत होते.

फलाटाच्या दुसऱ्या टोकावर असलेल्या नळावर गणा गेला. बराच वेळ खटपट केल्यावर नळाची कळ त्याला उमगली. हातपाय धुऊन आणि थंडगार पाणी पिऊन तो निवला आणि लिंबाच्या झाडाखाली गबाळं मांडीखाली घेऊन बसला. तो आता भाकरी खाणार या आशेनं एक गलेलठ्ठ कुत्रं त्याच्यापाशी येऊन उभं राहिलं. पण गणानं भाकरी खाल्ली नाही. तो उगीच विचार करीत बसून राहिला.

मुंबईला गेल्यावर काय नजरेला पडेल? काय ऐकायला मिळेल? कृष्णा कुठं गेला असेल?

नाना विचार करीत राहिला.

मधेच त्याला डोळा लागला. त्यातून जाग आली तेव्हा हळूहळू मंडळी यायला सुरुवात झाली होती. गडबडीनं उठून गणानं तिकिटाची चौकशी केली.

मुंडाशात बांधलेले पैसे सोडून तिकीट घेतलं. ते बंदोबस्तानं ठेवलं आणि मग त्यानं ओळखी-पाळखी काढल्या. देवडीच्या आसपासच्या गावची त्याला माहिती होती. त्यातल्याच एका गावचे काही महार मुंबईला निघाले होते. त्यांच्या सोबतीनं जाता येईल हे जाणून गणा निश्चिंत झाला.

मग गाडी आली. मंडळींचा तोबा उडाला. त्या महारांचं शेपूट धरून धक्काबुक्की करीत गणा डब्यात शिरला. माणसावर माणूस बसायची पाळी तिथं आली होती. मग गणानं गबाळं सांभाळत एका कोपऱ्यात जागा मिळवली आणि तो निवांत बसला.

कृष्णाला मारून हाकलला हे खरं, पण मोगरी त्याची आठवण विसरू शकत नव्हती. मनात दुखावली होती ती. कामधंद्यात पहिल्यासारखी मजा वाटत नव्हती हे तिला कळत होतं. त्याचं दु:ख तिला जास्त होतं आणि ती अधिकच जळत होती, पेटत होती. कधीकधी तिचं हे दुखणं जोर करी आणि मग आपल्या टीचभर खोलीतल्या पलंगावरच्या गळाठ्यात ती पालथी पडून राही. अंगावरचं न बदलता, साजशृंगार न उतरवता तशीच पडून राही.

खोलीत सगळी अव्यवस्था होई. पायातले चाळ पलंगाच्या दांडीवर लोंबकळत. शेगडीतली राख घरभर उडे. उष्ट्या भांड्याला चिकटलेलं अन्न वाळून जाई. न्हाणीत, बारडीतल्या शिळ्या पाण्यावर धुळीचा थर जमा होई. लुगड्याचा ओला पिळा तसाच पडून राही.

मग तातेराव येई आणि तिचं डोकं दाबे. हलक्या आवाजात म्हणे, "कशाला जिवाला लावून घेतीस त्या धटिंगणाबद्दल? तूच त्याचा भाव वाढवलास. माकडाला राजा केला, तरी हत्तीवरून उतरून हरबारं खाणारच ते! खेडवळ म्हार!"

पण मोगरी काही बोलायची नाही; बारीक विव्हळायची. तातेरावकडून अंग रगडून घ्यायची.

अशा अवस्थेत एके दिवशी गणा आला! चौकशी करीत करीत मोगरीच्या बिऱ्हाडी येऊन पोहोचला. तंबाखूची गोळी तोंडात धरून मोगरी पलंगावर आडवी झाली होती. खोलीचं दार पुढं केलं होतं. गणानं शेजारी केलेली विचारपूस तिनं ऐकली आणि उठून दार उघडीत विचारलं, "कोन त्ये? कोन हाय?"

गणा म्हणाला, "देवडीचा किस्ना म्हार कुठं ऱ्हातो हातं?"

मोगरीच्या डोक्यात प्रकाश पडला.

"कोन तुमी?"

"मी गना. भाऊ किस्नाचा."

हे ऐकताच मोगरीनं तोंडावर हसू आणलं. तिनं अगत्यानं गणाला बसवून घेतलं आणि तातेरावाला हाक मारून चहाची ऑर्डर दिली.

संकोचानं चुळबुळत, बावरल्या मुद्रेनं गणा बसला. मोगरीनं

जिव्हाळ्यानं चौकशी केली.

"बरी हायती समदी मानसं? बाई, बिंच्या, रश्शी?"

"व्हय, समदी खुशाल!"

"म्हातारा?"

गणा जडपणानं म्हणाला, "म्हातारा खरचला. किस्नाची भेट झाली न्हाई शेवटच्या येळी!"

तशी मोगरी कळवळली, "अगाई, कशी रं माया तुटती मानसाची? मरत्या म्हाताऱ्याला दिकून कसं बघू वाटलं नसंल तुमच्या भावाला?"

"म्हंजे?"

"च्या ईल. त्यो घ्या. मग सांगीन समदं."

"पर दादा हातं हुता न्हवं?"

"हुता की माज्याच तमाशात. पर दिला हाकलून मीच."

"आँ? कशापायी?"

"गुन त्येचं! रुपयातलं चार आनं देत हुते मी, पर भलता नाद लागला त्येला."

"काय बोलता बाई?"

"आन् एकच नाद न्हवता. दारू प्याचा, घोड्यावर पैका लावायचा. कुठली एक बाई हुती नटरंगी... गेला तिच्या नादानं!"

"खरं न्हवं बाई हे. आसं हुनार न्हाई. वैनीला इसरायचा न्हाई त्यो."

"तिच्या पायात तर बिथरला."

गणाला गोंधळल्यागत झालं. त्याला काही उमगेचना.

"काय सांगताय तुमी?"

"त्यो म्हनत हुता, त्येच सांगतेय."

"कोन? दादा? त्यो काय म्हनत हुता?"

"माजं तोंड कडू हुईल ते सांगताना."

गणा घाईला आला, म्हणाला, "सांगा, सांगा."

"तुमचंच नाव गना, न्हवं का?"

"व्हय."

"घरातल्या घरात काय काळंबेरं करीत हुता तुमी?"

"मी? रामनाकबाबाची आन, वैनीला आईसारखी धरली मी!"

गणाचं तोंड गोरंमोरं झालं, ओठ थरथरू लागले.

"पर तिनंच कागद लिवला किस्नाला!"

"खोटं."

"ऐकून तर घ्या. दिराचा इचार काय भलता हाय. तुमी आला न्हाई तर माझी

धडगत न्हाई!''

''रामा, रामा, काय बालंट हे? वयनी लिवायची न्हाई आसं – न्हाई लिवायची!''

पण मोगरीनं एक कार्डच काढलं आणि गणाला वाचा म्हणून सांगितलं. आपल्याला वाचायला येत नसल्याचं गणा बोलला, तशी ती वाचून दाखवू लागली. पण कानावर हात ठेवून गणा म्हणाला, ''नगा, नगा. पुना ऐकाय नगं.''

मग डोळे पाण्यानं भरून तो उगीच बसून राहिला. मोगरी पान लावू लागली.

मग एकाएकी गणा आवेगानं बोलला, ''मग मी आलू आसतो का दादाला न्हैन्यापायी? साऱ्या गावाला ठावं हाय आमची भावाभावांची माया. कसा गुत्ता झाला ह्यो! बाई, माजा दादा कुठाय त्यो मला दावा!''

''त्यो त्वांड बघायचा न्हाई तुमचं!''

''पर मी पाय धरीन. बाच्या मागं त्योच सांभाळणार हाय मला!''

''हूं! तुमाला काय संबाळतोय त्यो? पुरा मवाली झालाय. दारू पिऊन झिंगत पडला आसंल त्या बाईच्या घरी.''

''नगा, नगा सांगू. ऐकवत न्हाई हे!''

मग चहा आला. मोगरी गणाला म्हणाली, ''घ्या गनपत.''

''नगं मला.''

''असं कसं? च्या घ्या, इसावा घ्या घडीभर.''

''ज्येच्या कुशीत इसावा घ्याचा, त्येचं असं झालं, आन् आता....''

''मी हाय की हातं. चार दिस का होईना, चाकरी केलीय त्येनं माजी. आला तसं चार दिस ऱ्हा. घ्या च्या!''

''नगं मला. माजा दादा मला भेटवा.''

''च्या घ्या पायला, मग बगू दादाचं.''

''नगं.''

''घ्या हो, घ्या.''

मग मोगरीनं आग्रह करकरून गणाला चहा प्यायला लावलाच.

औषधासारखे चहाचे घोट घेऊन गणा गप्प बसून राहिला. त्याला काही सुचेनासं झालं.

आपण असं कोणतं पाप केलंय म्हणून हे सगळं ऐकणं आणि बघणं आपल्या नशिबी आलंय? आभाळाएवढ्या मनाचा देवा मरून गेला. रामचंद्रासारखा भाऊ वाईट नादाला लागला, परागंदा झाला आणि भावजयीनं नसतं किटाळ आपल्यावर रचलं! आता या दुनियेत आपलं असं म्हणायचं कोण राहिलं? पण हे खरं असंल का? वहिनी असं लिहील का? पण कुणी सांगावं, बायकांसारखी हराम जात या पृथ्वीत नाही. त्यांच्या मनाचा थांग लागायचा नाही, त्यांचे डाव उमगायचे नाहीत.

स्वार्थ साधण्यासाठी त्या काय भानगडी करतील, कसं गोत्यात आणतील हे कळणं कठीण! एवढा मोठा रामचंद्र, पण कैकेयीनं राज्यलोभानं त्याला वनवासी केलं!

असे विचार मनात येऊन तो बापुडवाणा दिसू लागला.

मग मोगरीनं त्याची समजूत घातली. तुमचा आग्रह असेल, तर मी मुंबई पालथी घालून त्याचा शोध घेते, तुमची त्याची भेट घालून देते, असं आश्वासन गणाला दिलं आणि त्याच्या खाण्या-पिण्याची व्यवस्था केली.

रविवारचा दिवस. सकाळच्या प्रहरी स्नान करून गल्ल्याकडे जाताना हॉटेलच्या कोपऱ्यात कोळिष्टक लागलेलं मामांना दिसलं आणि ते सखारामवर ओरडले, ''रे सखाराम, हे कोळिष्टक कसे वाढले इथे? लेका, हॉटेल झाडतोस की डोचके आपले? अशी कोळिष्टके वाढली तर लक्ष्मी पळून जाईल लेको!''

हॉटेलातल्या बाकड्यावर कृष्णा दातांना मिश्री लावत बसला होता. तो गडबडीनं उठला आणि झाडू घेऊन कोळिष्टक काढू लागला. तसे मामा म्हणाले, ''हे काय भलतेच? खाली ठेव बघू झाडू, ठेव.''

''असू द्या मामा. घरच्यासारखं वागवता तुमी, तशीच कामं केली तर बिगडलं कुटं?''

– आणि कृष्णा साफसफाई करू लागला.

मामांना कृष्णाचं हे बोलणं आवडलं. हातवारे करून ते सखारामला म्हणाले, ''घे, तीर्थ घे याच्या अंगठ्याचं! नुसतं हिंडतो डोक्यावर केसांचा भारा वाढवून. गद्धा कुठचा!''

अठरा

मामा गल्ल्यावर जाऊन बसले. कृष्णा झाडू लागला.

गल्ल्यावर बसल्या बसल्या चश्म्यातून आला-गेला माणूस बघायचा, ही मामांची सवय होती. तसं बघत बसले आणि रस्त्यावरच्या पानपट्टीच्या दुकानासमोर मोगरी एका गोऱ्यागोमट्या माणसाबरोबर हसत असलेली त्यांनी पाहिली. तरातरा ते कृष्णापाशी आले. त्याच्या हाताला धरून दरवाजाशी आणीत कुजबुजले, ''कृष्णा, ती बघ तुझी सटवी! कुणी नवा पकडला वाटते?''

कृष्णानं बघितलं तर मोगरी आणि गणा हसत-बोलत उभी. त्याचा चेहरा काळानिळा झाला. भीतीची एक शिणक छातीतून उठली. हातानं छाती चोळीत तो बोलला, ''अरं देवा, काय बघतोय मी हे?''

– आणि आडोशाला जाऊन मटकन बसला.

मामा धावले. घाबऱ्या घाबऱ्या म्हणाले, ''काय रे, काय झालं?''

कृष्णा मान हलवीत म्हणाला, ''काय न्हाई मामा, वाईच छातीत कळ आली.''

त्याची छाती चोळीत मामा म्हणाले, ''कामाचा ताण पडला असेल हो. खेड्यातले शेतीचे काम वेगळे आणि हे गिरणीचे

वेगळे. भट्टीपाशी जाऊन शेक छाती. ऊठ.''

कृष्णा उठला आणि हॉटेलच्या आतल्या बाजूला येऊन बसला. त्याच्या हाता-पायांतलं वारंच गेलं. गणा इथं आपला शोध काढत आला आणि बाईनं त्याला आपल्या जाळ्यात धरला हे त्याला कळलं आणि त्याच्या जिवाची उलघाल होऊ लागली. ती बाई त्याचं वाटोळं केल्याशिवाय राहणार नाही अशी त्याची खात्री होती. त्यामुळे तो बेचैन झाला. अस्वस्थ झाला. आता यातून सुटायला काय उपाय करावा?

विचारात दिवसांमागून दिवस गेले. सकाळी सहाला उठून गिरणीत जायचं आणि संध्याकाळी सातला परत यायचं, काहीतरी खायचं आणि हॉटेलच्या मागल्या बाजूला मळकी सतरंजी टाकून आणि मुंडासं उशाला घेऊन झोपायचं. अंगाचा ठणका सोसायचा, काळजाचा ठणका सोसायचा. शेव-भज्याच्या तेलकट वासानं भरलेले श्वास घेत, सोडत पडायचं. उंदरांची खडबड आणि सखारामचं घोरणं ऐकायचं. गणाच्या दशेचा विचार कर, कर करायचा आणि त्यातच झोपायचं, असे आठवडे जात होते.

कृष्णा मामांपाशी बोलत नव्हता. बावऱ्याचीही गाठ घेत नव्हता. मोगरीकडं जाऊन भावाला पुढं घालून आणण्याचा वा त्याला नुसतं भेटायचा धीरही त्याला होत नव्हता. सारंच त्रांगडं होऊन बसलं होतं.

एकोणीस

मोगरीच्या जाळ्यात तरणाबांड गणा छान अडकला होता. दिवसभर ती त्याला कुठं ठेवू आणि कुठं नको असं करायची. कोवळ्या गणाला ती अपूर्वाई वाटायची, मस्तीनं त्याचं अंग उलू लागायचं. वेळी-अवेळी मोगरी त्याच्या अंगाला धरायची – ते बरं बरं, हवं हवं वाटायचं. त्या नटरंगीला शृंगाराच्या शंभर तऱ्हा ठाऊक! त्या योजून ती त्याला खेळवायची. चांगलेचुंगले कपडे करायची, गोड-धोड खायला घालायची. त्याच्या बुटाचे बंद स्वत:च्या हातानं बांधायची. तमाशाला आपल्या सोबत न्यायची आणि विंगच्या आत त्याला बसवायची. वेळोवेळी त्याच्याकडे बघून डोळे मुरडायची. तमाशा सुटल्यावर सगळ्या साजिंद्यांना पुढे पाठवून आपण आणि गणा चालत घराकडे निघायची.

रस्ते शांत असायचे. थंडगार हवा सुटायची. छातीवर दोन्ही कोपर दाबून, वाकत वाकत मोगरी चालायची. ऊबेसाठी वरचेवर गणाच्या अंगाला धरायची. त्याचा हात हातात घेऊन दाबायची, सोडायची.

मग गणा तिला कवेतच धरून चालायचा. आपला वुलनचा कोट तिच्या अंगावर टाकायचा. कोवळ्या हुरड्यासारखी ती बाई त्याला हवीहवीशी वाटायची. तिचे गालगुच्चे काढावे, चिमटे घ्यावे, लहान कोकरासारखी तिला चिलबिलावी असं वाटायचं आणि भीत भीत तसं करायचा प्रयत्न तो करायचा आणि मोगरी त्याला साथ द्यायची.

असं होतं तरी त्याला कधीमधी घराकडची आठवण यायची.

मुंबईचं आकाश संध्याकाळचं भरून आलं, मावळत्या सूर्याच्या प्रकाशानं पिवळंतांबडं झालं, पावसाचा थोडा शिडकावा आला आणि भिजल्या रस्त्याचा वास सुटला. झाडांच्या शेंड्यांवर पाखरं गजबजू लागली की, देवडी आठवायची. तो बावऱ्याचा मळा, ती रश्शी, बिंच्या आणि म्हाताऱ्या देवाचं मरण – सगळं आठवायचं आणि खिडकीतून आभाळाच्या उघड्यावर बघत तो उगीच बसायचा. मग मोगरी त्याच्यापाशी येऊन लाडं लाडं विचारायची, "का असं गप? आटवन आली का?"

गणा कडूपणानं म्हणायचा, "कुनाची आटवन याची आता?"

दुष्टपणानं मोगरी त्याला बोलायची, "भावजयीची! मायेचं

मानूस त्ये तुमच्या!''

मग गणा उसळायचा, ''काय रया ठिवली तिनं माज्या मायेची? एखाद्याला जगवण्यापायी औषध घालावं आन् ईख घातलं म्हणून त्येनं गावभर ओरडा करावा. सगळाच अंधार झाला, बघा. अवसंच्या रातीगत!''

मग मोगरी तमाशातल्या संपादणीसारखी बोलायची, ''अज्याबात चांदनी न्हाई दिसत?''

''ऊंहूं.''

''बगा की माझ्या डोळ्यांत रोखून!''

– आणि गणाची हनुवटी धरायची. त्याच्या डोळ्यांत रोखून बघत वेड्यासारखी गाणं म्हणायची,

> ''आला नाही तोवर तुम्ही जातो म्हणता का?
> हो, ऐकत नाही का, बोलत नाही का?''

– आणि संध्याकाळची तयारी करायची. आपण नटून गणाला नटवायची. कृष्णाला शिवलेला सूट त्याच्या अंगात घालायची आणि बुटाचे बंद बांधायची. गणा म्हणायचा, ''कशाला ह्यो साज घालतीस मला सायबागत?''

''साहेबच हाय तुमी माजं.''

''बरा सायेब करून ठिवलास मला! आयतं तुज्या जिवावर खायाचं. काम नगं, धंदा नगं!''

''मी माजा जीव वाहिलाय तुमच्या पायांवर. काय करायचा तुमाला कामधंदा?''

मग गणा पाघळायचा. मोगरीची त्याला माया यायची. तिचा हात धरून तो विचारायचा, ''कशापायी एवडा जीव टाकतीस माज्यापायी मोगरे?''

''येड का लागतं मानसाला?''

''योकच ध्यास लागला म्हंजे.''

''मग तसंच झालंया मला. खूळ लागलंय!''

''आता मला मातुर खूळ लागायची पाळी आनलीस तू!''

तशी लटकं रागावून मोगरी म्हणायची, ''खोटं! तुमाला माज्यागत एकच ध्यास कुटं लागलाय? तुमच्या मनात आनिबी काय डचमळतंय!''

''काय?''

''रखमा, तिची पोरं....''

''मेली समदी मला! मी लई केलं त्येंच्यापायी – पर त्येंनी न्हाई जाण ठिवली त्येची!''

"मग आता पुन्ना नाई जानार गावाकडं?"

"काय हाय माजं ततं?"

"मग कुटं हाय?"

मोगरीचं बघून बघून गणाही बोलायला शिकला होता, "तुज्यापाशी!"

मोगरी खूश व्हायची. गणाचा गालगुच्चा घेत म्हणायची, "लई की बोलाय लागला तमाशातल्या राजपुत्रागत!"

मग मोगरी आग्रह करून करून गणाला आपल्यासोबत थिएटरात न्यायची.

वेड्यासारखं होऊन गेलं, स्वत:ला काही उमगेना, तेव्हा एके दिवशी कृष्णा महार उठला आणि गाववाल्या बावऱ्याकडे आला. येताक्षणीच त्यानं बावऱ्याला मिठी मारली. त्यानं चौकशी केली. गावाकडं गेला नाहीस, पत्रही नाही, हे आहे काय म्हणून चौकशी केली. तेव्हा खाली मान घालून तो म्हणाला, "समद्या जल्माची चित्तरकथा झाली, बग. बाईनं शाप डुबीवलं!"

– आणि मग झालेली सगळी हकिकत त्यानं बावऱ्याला सांगितली. या मुंबईत फूटपायरीवर झोपलो आणि उपाशी-तापाशी वणवण हिंडलो. कित्येक वेळा मनात विचार आला की, ही मुशाफिरी पुरे. सरळ गावाकडे जावं आणि गावच्या उष्ट्यावर जगत निवांत राहावं.

ही हकिकत ऐकून बावऱ्या कळवळला. म्हणाला, "अरं का वनवास सोसलास? माझं घर न्हवतं का?"

मान हलवून कृष्णा उत्तरला, "खरं बोलायचं म्हंजे तुला तोंड दावायची सरमच वाटली, बावऱ्या. तूच सांगिटलं हुतंस, मुंबईत खड्डं लई. डोळं उघडं ठेवून वागावं. अडानी मानसं आमी. डोळं न्हाईतच आमाला. पडलो खड्ड्यात!"

/ वीस /

बावऱ्या मोठा कळता माणूस! तोंडातली शिग्रेट पेटवून तो म्हणाला, "पडलास म्हनून काय झालं?... उठायचं पुन्हा!"

कृष्णा उठला होता, धडपडत चालूही लागला होता; पण तोच त्याचे पायच मोडले होते.

"लई धडपडलो उटायला. मामा हाटेलवाल्यानं हात दिला. पर तवर काय भलतंच डोळ्याला दिसलं."

एवढंच बोलून कृष्णा गप्प राहिला. त्याचं मन जड झालं. ज्या बाईपाशी आपण राहिलो आणि थोड्याफार मौजा मारल्या, त्याच बाईपाशी गणाही राहिला. आता ती त्याला कशी झुलवत असेल, कशी खेळवत असेल, त्याच्या अंगाला कशी झटत असेल हे सगळं आठवून तो मनात फार फार कष्टी झाला. दु:ख आणि शरम यामुळे त्याचा चेहरा कसनुसा झाला. मग त्यानं स्वत:ला सावरलं आणि मोठ्या प्रयासानं बावऱ्याला सांगितलं, "गणा आलाय हातं!"

बावऱ्याला काही ठाऊकच नव्हतं. गणा आलाय म्हटल्यावर त्यानं उत्सुकतेनं विचारलं, "आँ? आलाय? कुठं हाय?"

"कंच्या तोंडानं सांगू? बावऱ्या, त्योबी घावला त्या बाईच्या कचाट्यात!"

"खरं म्हनतोस का?"

"मी सोता बघटलं नजरंनं माज्या."

"आरं मग हटकायचा का न्हाई?"

"कसं तोंड दावू त्येला?"

एकाएकी कृष्णा ढासळला. इतका वेळ दाबून धरलेली असहायता एकदम बाहेर आली. कोरड्या ओठांवरून जीभ फिरवून घाबऱ्या, भित्र्या आवाजात तो बावऱ्याला विनवू लागला, "घाबरा झालुया मी, बावऱ्यानाना. आता तूच संबाळ, कसा सोडवू गनाला? कसं करू? आता तू सांगशील तसं, त्या वाटेनं जाईन."

मग बावऱ्यानं त्याला धीर दिला.

"अरं, घाबरायला का झालं? खुळा काय? कसंबी करून गनाला गाठू अन् त्याला माघारी...."

"मी असा परदेशी, त्योबी हाकडं आलाय. घरी काय झालं असंल रं देवा...."

मग हलकेच बावऱ्यानं देवाच्या मरणाची वार्ता सांगितली.

"पिकल्यालं पान गळून पडलं! चालायचंच."

"आं? खरं म्हनतूस, बावऱ्यानाना? म्हातारा मेला? देवा माजा?"

कृष्णा एखाद्या लहान मुलासारखा गळा काढून रडला.

"देवा, देवा, सरत्या काळी मी तुला टाकून आलो. तुला म्हातारपनी मी वाईट बोललो. आता मी काय करू? देवा, आता तू मला कुठं रं दिसशील?"

बाहेर गेलेली मालण आणि बावऱ्याची बायको आली आणि काही वेळ बावऱ्याचं घर रड्यानं भरलं.

मग बावऱ्याच्या बायकोनं कृष्णाला सोडला नाही. दु:खभार हलका होईपर्यंत त्याला आपल्याच घरी ठेवून घेतला. त्याच्या खाण्या-जेवणाची व्यवस्था केली. वडिलकीच्या नात्यानं त्याला चार समजुतीच्या गोष्टी सांगितल्या. बापाच्या मरणानं हळवा झालेला कृष्णा वरचेवर डोळे भरून म्हणू लागला, "ह्या समद्या गोष्टीचं कारन मीच. मलाच चंडाळाला वाईट बुद्धी झाली. म्हाताऱ्याला न कळवता-सवरता मी निघून आलो. मी जर आलो नसतो, तर म्हातारा अजून धा-पाच वरसं मरत न्हवता."

यावर बावऱ्याची बायको बोलायची, "काय तरी मनाला लावून घेता किसन. अवं, ह्या होनाऱ्या गोष्टी आपल्याच कपाळावर बरम्यानं लिवल्या हायेत. होनारं कंदी टळत न्हाई!"

पण तिच्या या बोलण्यानं कृष्णाच्या मनाची तगमग थांबायची नाही. रड्याचा

उमाळा त्याला राहून राहून यायचा. तो म्हणायचा, ''नानी, तुम्ही रडत्या लेकराचं डोळं पुसताय, पन ही गोष्ट खरी की, झालं हे वाटुळं मी चंडाळानंच केलं. म्हातारा, रखमा यांच्या जिवाला घोर लावला. त्यांचा तळतळाट मला जलमभर भवंल. माजा सौंसार कंदी सुखाचा हुनार न्हाई!''

कृष्णानं असं आठ-दहा दिवस घोकलं आणि मग एके दिवशी रात्री नवाच्या सुमारास 'आलो जाऊन' असं नानीला सांगून तो बाहेर पडला. थेट थिएटराकडं आला.

'म्हातारा मेला. आता गणाला आपल्याशिवाय कोण आहे? तो चुकला तर आपणच त्याला हाताला धरून वाट दाखवली पाहिजे. आता कसली लाज-शरम? आपल्या हातनं चूक झाली ही गोष्ट खरीच; पण चुका कुणाच्या हातनं होत नाहीत? गणापुढं आपण चार थोबाडीत मारून घेऊ, पण आता त्याचं वाटोळं होऊ द्यायचं नाही. तो भाबडा आहे. खेड्याबाहेर कधी पडला नाही. जगातले छक्के-पंजे त्याला उमगणार नाहीत. जवानीच्या मदात तो बाईचा गुलाम होईल आणि हातचा जाईल! मी त्याला तसा जाऊ देणार नाही', अशा विचारानं गणाला परत वाटेला लावण्यासाठी थिएटराकडं आला.

थिएटर चिक्कार भरलं होतं. विड्या-सिगारेटच्या धुरानं कोंदलं होतं. हशानं फसफसलं होतं. बोर्डावर राजाचा पोशाख केलेला तातेराव धनुष्यबाण घेऊन उभा होता. टेशीत गात होता,

'राजधानी धन्य धनवंत हस्तिनापूर
मोठमोठ्या इमारती तिथं, उंच गोपूर
कीर्तिवंत राजा तेथला प्रतापी शूर....
वेष पालटून राजा एकदा निघे शिकारीला,
चालता चालता आला यमुनातीराला
वाऱ्यासंगं सुगंध लई सुटला,
कुठं फुललं हजार पारिजात, कळंना त्याला!'

मग राजाला काय दिसलं?

'मार्गामधि पाहिली एक सुन्दर बाला,
माशासाठी टाकुनी जाळं, गाई गीताला
गाई गीताला....''

राजा पुढं झाला आणि त्यानं विचारलं,

'हे सुंदरी, तू कोण? तुजं नाव काय, गाव कोणतं?'

गळ्यात पानाफुलांचे हार घातलेली मोगरी नाचत नाचत आली. शंतनुराजाला लाजलाजून सांगू लागली,

'आमी बाळं समिंद्राची, मच्छ खेळणी,
कधी नाही नगर पाहिलं, भोळा स्वभाव,
मच्छगन्धा, वं, देवा, माझं नाव,
आपण कोण, सांगा नाव-गाव!'

मंडळी बघण्यात रंगली होती, गुंगली होती. मोगरी नजरेला पडताच कृष्णाच्या मनाची चलबिचल झाली. तिनंही त्याला बघितला असावा. परस्पर दार असलेल्या बोर्डावर कृष्णा गेला, तर तिथं लोकरीचा निळा सूट आणि जरीचा पटका बांधलेला गणा पाठमोरा बसलेला! कृष्णा हलकेच पुढे झाला आणि भावाच्या खांद्याला हात लावून म्हणाला, "गना...."

गणानं चमकून मागं बघितलं.

त्याच्या कपाळावर आठ्या पडल्या. भावाचा हात झिंजाडून तिरसटल्यासारखा तो खेकसला, "कशाला आलास हातं?"

कृष्णा वाकून त्याच्या पाया पडला. हलक्या आवाजात काकुळती येऊन म्हणाला, "पाया पडतो तुज्या, वाईच भायेर ये."

गणा उठेना, तशी शपथ घालू लागला, "रामनाकबाबाची आन हाय. वाईच भायेर चल."

गणा रागारागानं उठला आणि थिएटराच्या बाहेरल्या बाजूला आला. भावावर गुरकावला, "का आलास हातं?"

"तुला सोडवायला, गना. तापू नगंस. शांतपनानं...."

"सोडवायला? हं! सोडवायला का अडकवायला आलास? तुज्यासंगं जुगाराच्या अड्ड्यात, दारूच्या गुत्त्यात?"

भाऊ काय बोलतोय हे कृष्णाला कळेना. कपाळाला हात लावून तो म्हणाला, "राम, राम, राम...."

तसा गणा दात-ओठ खाऊन बोलला, "देवाचं नाव कशाला इटाळतोस? मंबईला येऊन ही कमाई केलीस?"

"गना, गना, त्या बटकीच्या बोलन्यावर इस्वास नगं ठिवूस."

"का न ठिऊ? तू न्हाई ठिवलास व्हंजीच्या कागदावर?"

गोंधळून घाबरून कृष्णानं विचारलं, "कसला कागुद?"

"खोटं बोलू नगंस." भावाच्या नाकापुढं बोट करून गणानं त्याला बजावलं, "तिनंच तुला कळवलं – मला तिच्याएकी वाईट वासना झाली."

"गन्या, न्हाई न्हाई ते बरळू नगंस. त्या कवटाळ्या मोगरीनं भरवलंय खोटं-

नाटं तुज्या डोस्क्यात... इस्कूट करायला निघालीया माज्या घराचा... रांड!''

''तिला खोटं सांगायचं काय रं कारन – आं? तिला काय लाभ?''

''गन्या गन्या, आरं हे समदं खोटं हाय. देवाची आन – खोटं हाय, माजं ऐक.''

''काय न्हाई ऐकायचं मला.''

कृष्णाला झिंजाडून गणा पुन्हा विंगकडे जाऊ लागला.

कृष्णा सटक्यानं पुढं आला आणि त्याला अडवून निश्चयानं म्हणाला, ''मी जाऊ देनार न्हाई तुला.''

पण गणानं त्याला ढकलला आणि तो आत गेला.

कोलमडलेला कृष्णाही सावरून उठला आणि त्याच्यामागं गेला.

''गनप्या, गनप्या....''

गणा ताडकन उठला आणि मूठ उगारून म्हणाला, ''भाईर हो किस्न्या, भाईर हो!''

''न्हाई होत!''

नाही होत म्हणताच कृष्णाच्या अंगावर गणा धावून गेला. भावाच्या मुस्काटावर दोन दणके लगावून त्यानं त्याला भुईवर पाडला आणि बुटाच्या दोन लाथा त्याच्या कमरेत हाणल्या.

खाली पडल्या पडल्याच गणाचे प्रहार हातावर घेत कृष्णा ओरडला, ''गणप्या, थोरल्या भावाच्या अंगावर हात टाकतोस? आरं....''

पण गणा बेफाम झाला होता. लोखंडाची खुर्ची उचलून त्यानं भावाच्या डोक्यात घातली. रक्ताच्या चिळकांड्यांनी त्याची पँट भिजली.

''मेलो –!'' अशी भयंकर किंकाळी मारून कृष्णा कोलमडत कोलमडत उठला आणि जीव बचावण्यासाठी पळाला. थिएटरबाहेर पडला.

थिएटरात एकच गोंधळ झाला.

मोगरीनं तातेरावचा हात धरला. घाबऱ्या, घाबऱ्या म्हटलं, ''चला... घराकडं.''

''आन् गना?''

''येत्याल मागनं. चला अगुदर!''

त्या तिरीमिरीनं कृष्णा जो पळाला, तो थेट मामांकडे आला. दिव्याच्या प्रकाशात मामांनी त्याचा घाबरला चेहरा, फुटकं कपाळ, फाटलेले कपडे बघितले आणि विचारलं, ''काय झाले रे?''

बाकड्यावर पडलेला कृष्णा धापा टाकीत बोलला, ''कर्माचं फळ आपल्या!''

''पुन्हा गेलास काय त्या वेसवेची खेटरे खायला?''

''बाई न्हवं मामा. माझा भाऊ आलाय धाकला हातं. त्योबी घावला त्या बाईच्या

जाळ्यात. मी सोडवायला गेलो तवा त्येनंच हानलं मला.''

मग मामांनी आरडाओरडा केला आणि पोलिसांत वर्दी देण्यासाठी ते टोपी घालून निघाले, पण त्यांना अडवून कृष्णा म्हणाला, ''नगा मामा! कितीबी झालं तरी धाकला भाऊ हाय त्यो माजा. त्येची चुकी पोटात घातली पायजे.''

मामा विरघळले. टोपी काढून ठेवीत बोलले, ''मग आता काय करतोस? रे सखाराम, फडके आण एक बघू. बँडेज बांधू.''

सखारामानं फडकं आणलं. जखमेवर तेल-पाण्याची पट्टी बांधून झाल्यावर कृष्णाच्या अंगावर पांघरूण घालत मामा म्हणाले, ''झोप हो आता. उद्या प्रभाती त्या जोशी डॉक्टरला दाखवू. छे, भलतेच मारले. हे काय मारणे की सोंग?''

– आणि दासबोधातल्या ओव्या म्हणत ते झोपी गेले.

एकवीस

तापलेल्या गणानं मोगरीची चौकशी केली तेव्हा ती आणि तातेराव निघून गेल्याचं त्याला समजलं आणि थिएटरापासून पायपीट करीत तो मोगरीच्या बिऱ्हाडापर्यंत आला. तेवढं अंतर चालेपर्यंत त्याचा राग निवला आणि त्याला मरगळल्यासारखं झालं. केव्हा एकदा जातो आणि अंथरुणावर अंग टाकतो असं झालं त्याला. काखेला फेटा मारून आणि कोट पाठीशी टाकून त्यानं मोगरीच्या बंद दारावर थाप टाकली.

"मोगरे ए मोगरे, दार उघड!"

पण आत हालचाल झाली नाही.

मग गण्या चढ्या आवाजात ओरडू लागला, "मोगरे, काय झोप हाय का सोंग? मोगरे!"

अशा चार-सहा हाळ्या दिल्या तेव्हा आत कुणी दोघंजणं कुजबुजल्यागत वाटलं. गणानं कान टवकारले. अशा अपरात्री मोगरीच्या खोलीत आपल्याशिवाय दुसरं कोण आलं?

दार उघडायला मोगरीच आली. तिचे केस विस्कटले होते. लुगड्याचा कासोटा सोडलेला होता. चोळी नसलेल्या छातीवरून आडवा पदर ओढीत तिनं दार उघडलं आणि दिवा लावला.

तापलेल्या गणानं आत पाऊल टाकताच विचारलं, "कोन हाय पलंगावर?"

छपरी पलंगावर भिंतीकडं तोंड करून कुणी माणूस झोपला होता.

आलेली जांभई पालथ्या हाताखाली झाकत मोगरी डोळे मिटून बोलली, "तातेराव!"

गणा विलक्षण भडकला. तो आल्यापासून तातेराव कधी आत झोपत नसे. आपली जागा एका परपुरुषानं घेतली या जाणिवेनं गणाचं तरणं रक्त बहुत तापलं.

"त्यो कशाला आलाय डुक्कर हातं?"

मग एकाएकी मोगरी चिडल्या मांजरीसारखी ठिसकली, "हां खबरदार, माज्या तातेरावांस्नी बोलशील तर!"

"तुजा तात्या – आन् मी कोन गं?"

मोगरी टाचेवर वळून पलंगापाशी गेली आणि खालची फॅन्सी चप्पल हात उचलून तिनं ती गणाला दाखवली.

चिडलेला गणा ओरडला, "मोगरेऽऽ –"

तसा तातेराव पलंगावर उठून बसला आणि हातातला मोठा चाकू दाखवून म्हणाला, ''ये साला, मान छाटीन कोंबडीसारखी! पळ पाय लावून गावाकडं!''

सुरा बघताच गणाच्या कपाळावर घामाचे थेंब जमले. त्यानं आजूबाजूला बघितलं आणि घुटके गिळीत उरल्या अवसानानं तो बोलला, ''मोगरे, मला इतकं दिस माया लावलीस ती कशापायी?''

''ससाणा पाळून कबुतर मारत्यात, ठावं हाय तुला? काट्यानं काटा काढला मी! धा लोकांसमोर त्यानं माज्या अंगावर हात टाकला हुता. हजार लोकांम्होरं भावाच्या लाथा खायाला लावल्या मी त्याला!''

मोगरीचं हे बोलणं ऐकताच गणाचा चेहरा पडला. त्याचं सारं नेटच नाहीसं झालं. गळून गेलं. खांदे पाडून आणि खाली मान घालून तो खोलीतून बाहेर पडला.

बाहेर पडला तसा गणा सैरभैर झाला. वणावणा फिरू लागला.

एके दिवशी रात्री मामा दुकानाच्या फळ्या लावीत होते. तिथं येऊन म्हणाला, ''च्या मिळंल का?''

मामांनी त्याला नीट न्याहाळला.

''दुकान बंद झाले बाबा. मुंबईतला ना तू, ठाऊक न्हाई तूस?''

''मंबईचा नव्हं मी!''

''मग कुठचा? कोकणातला दिसत न्हाईस!''

''तकडचा न्हवं, सांगलीकडचा हाय देवडीचा!''

''देवडीचा? म्हणजे आमच्या किसनच्या गावचा?''

कृष्णाचं नाव काढताच गणा घाबरा झाला.

''किस्ना म्हार, देवडीचा? ठावं हाय तुमास्नी... कुठं हाय त्यो? मी भाऊ त्येचा, गना!''

मग मामांनाही आश्चर्य वाटलं. 'योगायोग, योगायोग', असं पुटपुटत ते आत गेले आणि तोंडावर पांघरूण घेऊन उगीच पडलेल्या कृष्णाला उठवून म्हणाले, ''रे किसन, भाऊ आलाय तुझा!''

कृष्णा धडपडून उठला. 'गना, गना', करीत बाहेर आला. धाकट्या भावाला त्यानं घट्ट मिठी मारली. त्याच्या डोळ्यांतून पाण्याच्या धारा लागल्या. गणाला तर रडू आवरेचना. त्याचं सगळं अंग हादरू लागलं. तसा त्याच्या डोक्यावरून हात फिरवीत कृष्णा म्हणाला, ''गप रं, गप.''

गणा रडून रडून म्हणू लागला, ''दादा, तुजं बोलनं खरं. ती बाय खरंच लाव हाय. मी फसलो. तुज्या अंगावर हात टाकला, हे पाप कुटं फेडू आता?''

आवंढे गिळीत आणि छातीवर टेकलेल्या गणाच्या गालांवर थोपटीत कृष्णा

म्हणाला, ‘‘पुरं, पुरं, तुला पटलं, इ्याक झालं.’’

जसजसा भाऊ समजावू लागला तसतसा गणा जास्तच हुंदके देऊ लागला आणि मग दोघेही भाऊ बाकड्यावर बसले.

हा आनंदाचा प्रसंग बघता बघता मामांचे डोळे भरले.

‘‘रे सखाराम, चहा कर, लाडू आण...’’ आणि हाताचे तळवे चोळीत ते कृष्णाला म्हणाले, ‘‘चांगलं गोड झाले हो. अरे, राम-लक्ष्मणाचे काय आणि महाराचे काय, बंधुप्रेम ते सारखेच!’’

सखारामनं लाडू आणले. त्यातला एक उचलून गणाच्या हाती देत कृष्णा म्हणाला, ‘‘खा, खा, भुकेजला असशील.’’

आता भावाएकी गणाची माया उताराला लागली होती.

‘‘तू खा की!’’

‘‘न्हाई, खा तू.’’

मग गणाला घरचा आठव आला. दाटल्या घशानं त्यानं भावाला विचारलं, ‘‘दादा, गावाकडं रश्शी, बिंच्या, वयनी कशी ऱ्हात असतील? काय खात असतील?’’

कृष्णानं त्याच्या पाठीवरनं हात फिरवून समजूत घातली, ‘‘नगं काळजी करूस. आंदळ्याची गुरं देव राखतो.’’

‘‘कशाची राखतोया? चल, जाऊ या आज गावाकडं. देऊ या गाडीला पाय!’’

‘‘पयलं बावऱ्यानानाला इचारू. त्येचा इचार घिऊन जाऊ.’’

गणा वरचेवर मुंबई सोडायची भाषा करू लागला तसं मामांनी त्याला डाफरलं, ‘‘अरे, मुंबईनं काय केलं तुमचं? तुम्ही भोळे, म्हणून फसलात.’’

– आणि कृष्णाला हालचाल न करण्याविषयी बजावून ते गेले.

घोंगडं अंथरूण भाऊ-भाऊ त्यावर पडले. पुष्कळ उशीर झाला होता म्हणून बोलणं बंद करून झोपण्यासाठी प्रयत्न करू लागले; पण कुणालाच झोप येईना. झालेल्या आनंदानं त्यांची झोप उडाली होती. अंधारात कुठंतरी बघत कृष्णा जागाच राहिला. वरचेवर कुशी बदलणारा गणा जागाच आहे हे त्याला ठाऊक होतं; पण झोप यावी म्हणून तो मुद्दाम बोलला नाही.

असा बराच वेळ गेला. सगळीकडं शांतता होती. आत झोपलेला सखाराम घोरत होता. मिसळ-भज्यांचा तेलकट, दबला वास नकोसा वाटत होता. उंदीर झाले म्हणजे घरात एक प्रकारचा चमत्कारिक वास येतो. झुरळं झाली म्हणजेही येतो. मामांच्या कोठीच्या खोलीत या प्राण्यांचा वावर होता. त्या वासामुळेच मूळचा शेव-भज्यांचा खमंग वास नकोसा वाटत असावा. झुरळांचं खसपसणं आणि उंदरांचं चुकचुकणं ऐकत कृष्णा बराच वेळ जागा राहिला आणि मग हलकेच म्हणाला, ‘‘झोप लागली का गना?’’

गणा जागाच होता. अंगावर धोतर सारखं करीत त्यानं उत्तर केलं, ''न्हाई बा, जागाच हाय.''

''जागा बदलली म्हंजे झोप येतच नाही.''

सहजासहजी कृष्णा असं बोलून गेला आणि मग त्या म्हणण्यामागचा अर्थ एकदम त्याला जाणवला. महिना-पंधरा दिवस गणा मोगरीशेजारी झोपत असेल. ती जागा आता बदलली म्हणून भावाच्या शेजारी त्याला झोप येत नाही असा काहीसा अर्थ त्यातून निघाला आणि आपलं सहज बोलणं गणाला खवचटपणाचं तर वाटलं नसेल ना, अशा शंकेनं तो बावरला. सारवासारवी करण्यासाठी म्हणाला, ''हातं मुंबईत लई गरम हुतं. आपल्याला गावाकडं वाऱ्याला पडायची सवय. हातं कसनुसं वाटतं. आं?''

''तसं काय न्हाई... पर आज झोप येत न्हाई हे खरं.''

झोप का येत नाही याचं कारण दोघांनाही उमगत नव्हतं. खरं म्हणजे भावाभावांची फार दिवसांनी गाठ पडली होती. त्यात एका मोठ्या गुंत्यातून गणा सुटला होता. त्यामुळे त्याला आनंद झाला होता. हातचा गेलेला भाऊ परत मिळाला म्हणून कृष्णाही सुखी झाला होता आणि सुखानं काठोकाठ भरलेलं मन, नवीन जरीची टोपी वा लाकडी घोडा मिळालेल्या लहान मुलाप्रमाणं झोप विसरून गेलं होतं.

मग झोपेचा नाद सोडून हलक्या आवाजात भाऊ-भाऊ सुख-दुःखाच्या गोष्टी बोलू लागले. कृष्णानं आपण कसे कसे मुंबईत आलो, मामा हाटेलवाल्यानं हात कसा दिला, हालअपेष्टा कशा भोगल्या, त्यातून वरचेवर सगळ्यांची सय येऊन आपण कसे रडत होतो, ही सगळी कथा भावाला ऐकवली. मोगरीनं पैका कसा बुडवला, आपल्याला कसं डुबवलं हेही सगळं रंगवून सांगितलं.

गणाच्या मनातलं किल्मिष नाहीसं झालं आणि भावाच्या कथा ऐकता ऐकता तो जागोजाग गहिवरला. मग त्यानंही आपण तिकडं कसे दिवस काढले ते सांगितलं. म्हातारा बावऱ्यावर, आपल्यावर, वहिनीवर कसा तापला; अखेरी वारीला कसा हट्टानं गेला आणि पटकीनं मेला – सगळं सांगितलं.

शेवटच्या वेळचं वर्णन गणा करीत असता कृष्णानं डोळ्यांतून घळाघळा पाणी गाळलं. धोतराच्या सोग्यानं नाक, तोंड, डोळे पुसत तो म्हणाला, ''गना, म्हातारा गेला ही गोष्ट माज्या जिवाला लई तर लई लागलीया बग. घडीघडी मनाला म्हनतो की आरं, तू जर हाकडं असा आला नसतास तर म्हातारा मरत न्हवता. त्येचं काय लई वय झालं हुता का रं? त्याला काय दुखणंभाणं हुतं का रं? पर माज्या जान्यानंच म्हातारा खचला. गना, त्येचा लई जीव हुता बग माज्यावर!''

गणालाही ही गोष्ट पटत होती. पण असं म्हणावं कसं? अगोदरच कष्टी झालेल्या भावाला पुन्हा कष्टी करावं कसं?

''तसंच काय म्हनता येनार न्हाई. त्येचं भरलं, त्यो मेला. पर आपुन मातुर उघडी पडलो. म्हाताऱ्याचा आधार मोटा हुता. त्येच्या म्हागारी बघ दादा, घर नुसतं मसणवाटंवाणी वाटतं. वयनीनं तर आकांत केला. शेरडी इकून मला वाटखर्चासाठी पैका दिला अन् तुला घिऊन याला सांगितलं.''

एवढं बोलून गणा गप्प झाला. अशा स्थितीत आपण आलो होतो, पण आपल्या हातून काय झालं हे आठवून तो फार फार वरमला. मोगरीचा आणि त्याचा सहवास आठवला आणि शेजारी भाऊ आहे, या जाणिवेनं झाल्या प्रकाराची त्याला शरम वाटली.

मग सावकाशीनं विषय बदलला गेला. कृष्णानं गावाकडच्या सगळ्या घडामोडी विचारल्या. त्या अमक्यानं घर बांधायला घेतलं होतं ते पुरं झालं का? त्या तमक्याच्या हिरीला पाणी लागलं का? विठू महाराची पोरगी वयाला आली, तिचं लगीन करायचा इचार हाय का न्हाई? धोंडिबा आजारी होता, तो बरा झाला का? कृष्णानं नाना प्रश्न विचारले. गणानं सगळी माहिती पुरवली. गावातल्या अनेक भानगडी सांगितल्या. नाना कासारानं आपल्या सुनेला विहिरीत ढकललं आणि ती आजारानं मेल्याची बतावणी केली. परटाची सुबा रामोश्याच्या गोंदाबरोबर लागून आहे, त्यामुळे त्याला संभा परटानं ठोकला. तुका पाटलाची आपल्या मोठ्या पोराशी कलागत झाली आन् पोरानं त्याला पुरुषभर उचलून आपटला. त्या अमक्याची बायको तमक्याबरोबर आहे आणि तमका आपल्या सुनेशी वाईट संबंध ठेवून आहे. थंडीतापानं आजारी असलेला तुका नसल्या मेला आणि त्याची पोरं वनवाशी झाली.

गावाकडच्या अनेक सुरस गोष्टी बोलल्या गेल्या.

भाऊ-भाऊ उशीर बोलले, हलक्या आणि झोपेनं जड झालेल्या आवाजात खूप बोलले आणि मग त्यांना झोपा लागल्या.

बावीस

सकाळच्या प्रहरी लवकर उठून कृष्णा आणि गणा गाववाल्या बावऱ्याला आढळायला गेले. कारण बावऱ्यालाही काळजी लागली होती. गणाच्या सुटकेची बातमी त्याला कळवणं आवश्यक होतं. शिवाय पुढं कशी पावलं टाकायची हेही बावऱ्याला विचारायचं होतं. शहरगावात वागून शहाणा झालेला बावऱ्याच या चुकल्या महारांना रस्त्याला लावणार होता.

घरी गेल्या गेल्या कृष्णानं आत बसलेल्या बावऱ्याला हाळी ठोकून सांगितलं, ''बावऱ्यानाना, आनला मी गनाला माघारी.''

बावऱ्या चटदिशी बाहेर आला. गणाला उराउरी भेटला. त्याची बायकोही आली. गणाच्या तोंडावरून हात फिरवून तिनं अलाबला घेतला. मालणला चहा टाकायला सांगितला.

गणाला बघताच मालणच्या छातीतून बारीक कळ उठली. ती लाजून लाजून गेली. बावऱ्यानं आणि गणानं 'कसं काय मालणबाई, चलताय का गावाकडं?' म्हणून विचारलं, तरी ती बोलली नाही. आतच बसून राहिली.

मग बावऱ्याचं लक्ष कृष्णाच्या डोक्यावरच्या जखमेकडं गेलं. डोक्याला काय लागलं म्हणून त्यानं चौकशी केली. तेव्हा कृष्णा म्हणाला, ''आमच्या अडानीपनाचा खेळ ह्यो, बावऱ्यानाना!''

एवढ्यावरून बावऱ्याला बोध झाला नाही. तसा गणा आपणहून म्हणाला, ''मी हानलं दादाला, मारामारी केली.''

पण त्याला कृष्णानं गप केला. ''तू गप रं.''

आपल्या अडाणीपणाचा खेळ बावऱ्याला कळावा असं त्याला वाटत नव्हतं. त्यात आपलाच गाढवपणा उघडा पडेल, असं समजण्याइतका पोच त्याला होता.

गणाला गप्प केल्यावर बैठकीवर पडलेला पानाचा देठ उचलून बाहेर टाकीत कृष्णा बोलला, ''बावऱ्यानाना, लई झालं मंबईचं सुख. आपलं हाय ते खरं हाय. आमी चाललो गावाकडं. भिकंची असली तरी आपली गावातली भाकर बरी!''

पण बावऱ्याला हे पटलं नाही. हातवारे करून तो बोलला, ''झालं! म्हंजे पुन्हा चाललास का उफराट्या वाटनं! आता एकवार पुढं पाऊल टाकलंय, ते मागं नगं घिऊस!''

''म्हंजे, पुन्ना तमाशा म्हणतोस काय? नाव नगं काडूस.''

''का रं, का? आं, तमाशानं काय केलं तुजं? तू फसलास,

त्यो अडानीपणानं. लबाड मानसं काय मंबईत आन् तमाशातच हायेत? तू ऱ्हा हातं. मी लावतो तुजी सोय.''

''आन् गनाचं?''

बावऱ्यानं थोडका विचार केला.

''गना, तू जा गावाकडं. घर संबाळ. किस्ना पैसं धाडील हातनं. वाईच घडी बसली की, तू बी टाक पुढं पाऊल. आता मागं ऱ्हायाचं न्हाई कुनी, खांद्याला खांदा लावून समद्यांनी पुढचं पाऊल टाकायचं. म्हारुडा आन् गाव एक करायचं. तमाशात एक बाई वाईट निघाली म्हंजे सगळा धंदा वाईट का?''

कृष्णा मान हलवून म्हणाला, ''तसं कोन म्हनतंया?''

''मग? आता नाव झालंय तुजं – पुन्ना दे कडाका ठेवून ढोलचीवर! तमाशात, गाण्याला, नाटकात, शिनिमात, गाण्याच्या बांगड्या भरणाऱ्या कंपनीत, रेडिओत – समदीकडं जा. आरं, हातात कसब असलं आन् खटपट केली म्हंजे समदं हुतं. पैक्याची रास पडंल तुज्याम्होरं!''

बावऱ्यानानाचं हे बोलणं कृष्णानं मानलं, होकार दिला. गावाकडं जाण्याचा नाद सोडला.

त्या दिवशी गणाला आणि कृष्णाला बावऱ्याच्या बायकोनं सोडलं नाही. गोडधोड करून वाढलं. गाववाल्यांवर पाहुणचाराचा भडिमार केला. रात्री सगळी मिळून सिनेमा बघायला गेली. गणाच्याबरोबर बोलाय-बसायला मिळालं म्हणून मालण खूप हरकली. हलकेच त्याला म्हणाली, ''का एवढी घाई करतोस? राहा की चार दिवस.''

गणाला राहावं वाटत होतं, पण गावाकडची ओढ अधिक होती. तो म्हणाला, ''तसं कसं? गेलं पायजेल, व्हंजी आन् पोरं वनवाशी हायेत तकडं!''

सिनेमातली नायक-नायिका एकमेकांच्या अंगाला अंग खेटून गोड गोड बोलायला लागली तेव्हा मालणच्या अंगावर शहारे आले. तिचं मन जास्वंदीच्या फुलासारखं फुलून आलं. कृष्णाचं ध्यान गाण्यावर आणि तबल्याच्या ठेक्यावर होतं. तो वरचेवर बावऱ्याला म्हणत होता, ''गानी फसकलास हायेत हां, शीनशीनरी झ्याक हाय हां!''

बावऱ्या सिनेमातलं तत्त्व शोधून काढत होता. यापासून काय धडा घ्यावा हे बोलत होता. सिनेमा सुटून चालत घरी येता येता निर्मनुष्य रस्त्यावर त्यानं सगळं आपल्या बायकोला ऐकवलं. पण ती नाखूश होती. नाक मुरडून म्हणाली, ''काय चव न्हाई. द्वाड. सगळा चावटपना हाय. बाया-मानसांनी बघन्यासारखं न्हाई. देवाधर्माचं काय असतं, तर बरं वाटलं असतं. पैसं पान्यात गेलं!''

– आणि आईच्या या गावंढळपणामुळं मालण खजील होऊन आपल्याशीच पुटपुटत होती, ''कायतरीच आईचं! काही समजतच नाही हिला. ऊं!''

असे दोन दिवस मजेत काढल्यावर गणा गावाकडं निघाला. बावऱ्यानं वाटखर्चासाठी पैसे दिले. पोरा-बाळांसाठी मेवा, रखमासाठी लुगडं घेऊन गणा निघाला. बावऱ्याच्या आणि त्याच्या बायकोच्या पायांवर डोकं ठेवून निघाला. सगळीजणं त्याला घालवायला स्टेशनवर आली. गाडी सुटेपर्यंत बावऱ्या आणि कृष्णा त्याला काही काही सूचना देत होते. मग गाडी सुटली तरी कृष्णा पळत पळत जात राहिला. खिडकीच्या तोंडाशी असलेल्या गणाला म्हणत राहिला, ''नीट जा रं, संबाळून जा रं, माजा घोर करू नगंस. पोरांस्नी संबाळ. लई बगावं वाटलं तर रखमाला म्हनावं, थोडकी थांब.''

गाडी दिसेनाशी झाली. नाराज झालेल्या मालणसकट मंडळी परत फिरली. बावऱ्याची बायको म्हणाली, ''काय तरी परसंग येत्यात एकाएकावर? पोरगं आलं आन् भावाशी मारामारीच करून बसलं! द्वाड कायतरीच!''

बावऱ्या म्हणाला, ''अगं, असं घडायचंच! पर गना तसा मोठा हुशार हाय. एकवार त्येला समजावून सांगाल, तर पटतं, कसं किस्ना?''

कृष्णा मान हलवून म्हणाला, ''तर तर!''

तेवीस

दुपारचे दोन-अडीच वाजले होते. सगळी देवडी शांत होती. आपल्या खोपटात रखमा उगीच पडून राहिली होती. शेणानं सारवलेल्या जमिनीवर तिनं पटकूरसुद्धा टाकलं नव्हतं नि तशीच भुईवर लोळत होती. शेणाच्या कोंड्यानं तिचे भुरके केस आणि एका बाजूचं लुगडं भरलं होतं, तरी ती तशीच पडली होती. काळजीकाळजीनं, उपासातापासानं तिचं सगळं मांस झडलं होतं. हाडांची चौकट तेवढी राहिली होती. गालांची, गळ्याची, गुडघ्याची हाडं वर आल्यामुळे रखमा अगदी कसनुशी दिसत होती. तिच्या अंगावरच्या लुगड्याला जागजागी भोसके पडले होते आणि त्यातून तिचं सुरकुतलं अंग जागजागी उघडं पडलं होतं.

जमिनीवर पडल्या पडल्या ती उगीच इकडं-तिकडं बघत होती.

धुळीनं मळलेल्या, विस्कटलेल्या उतरंडी, फाटक्या-तुटक्या कपड्यांची खुंटीला टांगलेली बोचकी, पडलेलं एखादं-दुसरं धातूचं भांडं, कोपऱ्यात पडलेला देवाचा चिंध्या झालेला जोडा आणि उभी राहिलेली तराळकीची काठी... या सगळ्या वस्तू तिच्या नजरेत भरत होत्या. पण आता पुन:पुन्हा त्या बघून किती रडावं? किती जीव खाऊन घ्यावा? किती कपाळ बडवावं आणि नशिबाला शिव्या द्याव्यात? रखमा आता कंटाळली होती. वैतागली होती. कृष्णा एखाद्या रोगानं मेला असता आणि ती ढळढळीत विधवा झाली असती, तरी ते बरं होतं. राजरोसपणानं ती गावात फिरली असती. आया-बायांनी तिला तुझी माणसं कधी येणार, असं कुजकटपणानं कधी विचारलं तरी नसतं. हाडाची काडं करून ती जगली असती. महारवाड्यातले लोक म्हणाले असते, ''चांगली बाई. नवऱ्याच्या मागं नीट राहिली. डाग लावून घेतला न्हाई.''

पण ही स्थिती चमत्कारिक होती. दिवसांमागून दिवस जात होते आणि कृष्णा येत नव्हता. गणा शोधायला म्हणून गेला तो तिकडंच उलथला होता आणि रोजगार मिळणार नाही अशा दिवसांत रखमा भुतासारखी एकटी राहत होती. पोरं वाळून मरायला झाली होती. उघडी-नागडी साऱ्या गावभर उष्ट्या-खरकट्यासाठी हिंडत होती. लोचटपणानं बारीकसारीक चोऱ्या करीत होती. रखमाच्या हातचा मार खात होती, झाडं वेंघत

होती, पडत होती. फुटलेले गुडघे घेऊन लंगडत हिंडत होती. महारवाड्यातले लोक म्हणत होते, "देव्या महाराची पोरं भिक्कार निघाली – भिकंला लागली!"

– आणि हे ऐकून रखमाला जीव द्यावा, ईख प्यावं असं वाटत होतं. पण सुखासुखी मरण कुठलं यायला? मागं दोन पोरं होती, त्यांचं काय होईल?

घरात कळणाकोंडादेखील शिलकेला नव्हता. रोजचा ताजा शेर रखमाला बघावा लागे... रोजच्या रोज! पाऊसकाळ नीट न झाल्यामुळे रोजगार नव्हता. भीक मागावी तर शेतकरी दारात उभं राहताच कुत्र्यासारखे अंगावर येत होते. अशा परिस्थितीत स्वत: काय खावं आणि दुसरी दोन पोटं कशी भरावी? अंगावरच्या चिंध्याचांध्या घेऊन रखमा रोज रोजगारासाठी हिंडायची. ती तशी कामाला दांड होती, पण आता तिच्यातला कस पार निघून गेला होता. चुकूनमाकून काही काम मिळालं; मिरच्या तोडणं, भांगलणं, बडवणं, मोडणं, असलं काही काम मिळालं तरी ते मालकाचं समाधान होईल इतकं जलद आणि जास्त तिच्या हातून होत नसे. म्हणून तिला उत्तरोत्तर काम मिळणं जड जात होतं. मग रखमा गावातल्या ब्राह्मणाच्या बायकांकडं जाऊन भयाभया करी, त्यांना दूर माळावर असलेली पांढरी माती आणून देई; त्यांच्या खपल्या कांडून काढी, त्यांच्या हरबऱ्याच्या डाळी करून देई आणि मग त्या कनवाळू बाया तिला पसा-कुडता देत. त्यावरच तिघेजण पोट भरीत. पसाभर जोंधळेच भरडून रखमा त्याच्या पातळ कण्या करी. तिघेजणही त्या वाटी वाटी पीत आणि झोपत. पण असंही रोज रोज कुठलं घडायला? ब्राह्मणाच्या बाया रोज-रोज कुठल्या काही द्यायला? एक-एक दिवस रखमाला काहीच मिळत नसे. मग रखमा रानामाळात हिंडायची आणि तांदुळजा, राजगिरा, चिगळ, पात्रा असले पाले ओरबाडून ओटा भरायची, घरी यायची आणि गदगदा पाला उकडून पोरांना घालायची, आपण खायची. पोरं पाल्यावर संतुष्ट होत नसत. ती रात्री-अपरात्री उठत आणि गावालगतच्या मळ्यांतून कांदे, वांगी, रताळी चोरून आणत. अंधारात बसून गपागपा खात. रखमाला सारं कळायचं; पण कोणत्या तोंडानं तिनं पोरांना दोष द्यावा? घरी भरपूर मिळालं असतं तर त्यांनी चोऱ्यामाऱ्या केल्या असत्या का?

या प्रकारामुळे महारवाड्यातदेखील ही तिघंजण टाकाऊ समजली जात. लूतभऱ्या कुत्र्याप्रमाणं सगळे लोक त्यांना शिडीशिडी करीत. स्वत:च्या घराच्या आसपास फिरकू देत नसत.

आज रखमानंही पाप केलं होतं. सदा वाणी माल आणण्यासाठी परगावी गेला होता आणि त्याची आंधळी म्हातारी दुकानावर होती. वय फार झाल्यामुळे तिच्या डोळ्यांना नीट दिसत नसे. रखमानं या गोष्टीचा फायदा घेतला. दुपारी म्हातारी दुकानाच्या आतल्या बाजूला जेवत असताना ती गेली. दाराशी जाऊन म्हणाली,

"हायेत का, आजीबाई?"

गिऱ्हाईक आलं म्हणजे म्हातारी चिडून जाई.

दात नसलेल्या तोंडानं ती रखमावर ठिसकली, "कोन हाय? कुनाला रोगडा आलाय सकाळच्या पारी?"

मग रखमा उंबऱ्याच्या आत जात म्हणाली, "असं का जी? कावायला का झालं?"

"पटकी आली ह्यांस्नी! जेवायला बसले तरी कटकट चालूच. जा टळ! आता काय मिळनार न्हाई. मी उठणार न्हाई जेवताना. द्वाड! मरा ना का, उलथा ना का!"

म्हातारीची अशी बडबड आतून चालली असतानाच रखमानं इकडंतिकडं बघितलं आणि शेंगदाण्याच्या पाटीतले ओंजळ, दोन ओंजळ दाणे ओट्यात घेतले. गुळाचा मोठा खडा लपविला आणि मग 'जाते बया, जाते बया, नगा कावू', असं संभावितासारखं बोलत ती दुकानाबाहेर पडली. घरी आली. आजचा दिवस भागला या विचारानं तिनं सुस्कारा सोडला. पोरांना हाका मारायला ती बाहेर पडली. हिंड हिंड हिंडली. पण रश्शी-बिंच्याचा पत्ता लागला नाही. भुकेनं व्याकूळ होऊन ती घरी आली. बघते तो टोपल्यातले शेवटचे दाणे बिंच्या चावत होता आणि त्याच्या शेजारी बसलेली रश्शी वटारल्या डोळ्यांनी आईकडे बघत होती. खोल गेलेले डोळे आणि डोक्यावर केसांचं शिप्तर.

सपाट्यानं रखमा पुढं झाली आणि बिंच्याच्या हातची टोपली हिसकावून तिनं बघितलं. त्यात एक दाणाही नव्हता.

चोरट्या, मुर्दाड बोक्यासारखा अंग चोरून घेऊन बिंच्या आईकडे बघत होता. रश्शीनंही मार खाण्याची तयारी केली होती. शेंगदाणे-गूळ खाण्याच्या बदल्यात रखमाकडून डोक्याच्या चिंध्या करून घेण्याची तयारी तिनं केली होती.

मग रखमा रागानं वेडी झाली. काहीएक न बोलता तिनं देवाची तराळकीची काठी घेतली आणि दोन्ही पोरांना हुरडा झोडपल्यासारखं झोडपलं. न ओरडता, कांगावा न करता दोन्ही पोरांनी आईचं विलक्षण मारणं सोसलं. डोकं बचावून बिंच्या उपडा झाला, गुडघ्यांवर आला. आईच्या टोल्याला वरच्यावर पाठ देऊ लागला. रश्शीनंही भावाचं अनुकरण केलं. अखेर रखमानं काठी टाकली आणि लाथांनी बुकलून त्यांना घराबाहेर टाकलं, दार ओढून घेऊन कडी लावली आणि दमछाक झालेल्या स्थितीत ती भुईवर पडून राहिली.

रश्शी आणि बिंच्या उघडी-नागडी, तापल्या फुफाट्यावरून चालत गावाबाहेरच्या पिंपरणीखाली गेली आणि बसली. बिंच्याच्या रक्ताळलेल्या पाठीवर रश्शीनं माती घातली. बिंच्यानं बहिणीच्या जखमा बघितल्या आणि मग एकमेकांच्या गळ्यात गळा घालून ती दुर्दैवी पोरं रडू लागली. त्यांना जणू जग उजाड झालं. एकमेकांच्या

संगतीनं ती इतकी रडली, इतकी ओरडली तरी त्यांचं समाधान झालं नाही. त्यांचं बारीक आणि दीनवाणं रडणं कितीतरी वेळ चालू राहिलं.

ढगाचा तुकडासुद्धा नसलेलं आभाळ आग पाखडीत होतं. दूरवर पसरलेल्या माळावर झाडझुडुपसुद्धा दिसत नव्हतं. उंचीवरून खाली देवडीकडं येणारी वाट निर्मनुष्य होती. पाखरं उडत नव्हती. गुरं चरत नव्हती. सगळं भकास, रखरखीत होतं आणि पिंपरणीच्या सावलीत दोन पोरं बारीक उदासवाणं रडं रडत होती.

– आणि स्टेशनवर सकाळी उतरलेला गणा पाठीशी बोचकं टाकून आणि धोतर खोचून पाय ओढीत ओढीत आला. वेशीत आला, पिंपरणीच्या सावलीत आला. पोरांनी त्याला ओळखला. 'गनाकाकाऽ' असा हंबरडा फोडून बिंच्यानं गणाच्या पायाला मिठी मारली आणि तो मोठ्यानं रडू लागला. रश्शीला गणाकाका बघितल्यावर इतका उमाळा आला की, मोठ्यानं तोंडावर हात घेऊन ती खाली धुरळ्यात बसली. पाय पसरून बसली आणि खाली वाकून टाचा घाशीत रडू लागली. गणाला कळेचना. तो गोंधळला. पोरांची दशा आणि रडणं इतकं हृदयभेदक होतं की, त्याला काही सुचेना. मोठमोठ्यानं ओरडून तो पोरांना विचारू लागला. रडक्या, घाबऱ्या आवाजात ओरडू लागला, ''आरं, का झालं रं? आरं, सांगा रं मला.''

तसतशी पोरं जास्तच रडू लागली. काही न बोलता खोकत, थुंकत ओरडू लागली. त्या रडण्याचा उमाळा, वेग इतका वाढला की, काही वेळ त्यांच्या उघड्या तोंडांतून आवाजच फुटेना!

काही वेळ असा गोंधळ चालला. रखमाचं आपल्यामागं काही बरं-वाईट होऊन ही पोरं आईवेगळी तर झाली नाहीत ना, या शंकेनं गणा भ्याला आणि पोरांना ओढत घरी आला. बंद दारावर थाप टाकून त्यानं हाळी दिली, ''व्हंजी, व्हंजी, हाय का तुमी?''

रखमानं आवाज ओळखला, दार उघडलं. गणाला बघताच ती किंचाळली, ''दाजीबा, एकटंच कसं? हे कुठं हैत?''

– आणि तिला रडंच आलं. गणा रडत रडत सांगू लागला, ''हाय, दादा हाय. व्हंजी, रडू नगंस. येनार हाय त्यो लवकरच. गप तू.''

त्या चौघांचं रडं थांबायला बराच अवधी लागला. रखमाच्या घरात कोण मेलं म्हणून महारं-पोरं बघायला आली तेव्हा रखमानं दार दडपून घेतलं.

मग सगळी सविस्तर हकिकत गणानं सांगितली. मोगरी प्रकरणात आपण अडकलो हे मात्र सांगायचं टाळलं. लुगड्याची घडी रखमापुढं टाकली. पोरांना मेवा दिला. कितीतरी दिवसांनी देवा महाराच्या घरात थोडाफार आनंद उजळला!

चोवीस

सात-आठ महिने गेले.

कृष्णा जोरात होता. खटपटी-धडपडी करून त्यानं नाना जागी आपला प्रवेश करून घेतला होता. जिवापाड श्रम करून तो पैसा कमवत होता आणि भराभर गावाकडं मनिऑर्डरी करीत होता. कृष्णा महार अंगच्या कसबाच्या जोरावर मुंबईत खोऱ्यानं पैसा ओढीत होता.

मग एके दिवशी सिनेमाच्या गाण्याची साथ करून तो घरी आला आणि बंद गळ्याचा कोट उतरू लागला. तो मालण नाचत आली आणि म्हणाली, ''पत्र आलंय गावाकडचं!''

काढलेला फेटा डोक्यावर ठेवीत कृष्णा घाईनं बोलला, ''खरं म्हणतीस पोरी? वाच, वाच!''

मग मालणनं पत्र वाचलं. पत्र गणाचं होतं. गुरवाच्या बेवारशी म्हातारीनं आपला दोन एकरांचा मळा विकायला काढला होता आणि गणानं तो घ्यायचं ठरवून विसार-पावती केली होती. खरेदीपत्रासाठी पत्रदेखत निघून येण्याविषयी लिहिलं होतं. पत्र ऐकून कृष्णा भलता हरकला. गाडीची चौकशी करायल निघाला.

संध्याकाळी बावऱ्यानाना कामावरून परत आल्यावर त्यानं ही शुभवार्ता त्याला सांगितली. ती ऐकून बावऱ्या म्हणाला, ''आरं, मग नुसती काय सांगतोस ही गोष्ट! तोंड गोड कर!''

लगेच कृष्णानं दहा रुपयाची नोट मोडली आणि पेढे आणले. सर्वांची तोंडं गोड केली.

पेढ्यांचा एक पुडा घेऊन तो मामांकडं गेला. मामांच्या हातात तो पुडा देऊन त्यानं त्यांच्या पायांवर डोकं ठेवलं. 'आयुष्यमान भव!' असा घवघवीत आशीर्वाद देऊन मामांनी विचारलं, ''आता गावाकडे केव्हा जातोस? जा, जा. अरे, दगडाच्या काळजाचा काय तू? इतके दिवस झाले, बायका-मुलांना भेटला नाहीस. आँ?''

कृष्णा उत्साहानं म्हणाला, ''चाललोय न्हवं का आज रात्रीच्या गाडीनं.''

''जा हो, भेटून ये सर्वांना. आठ-पंधरा दिवस राहा तिकडे.''

– आणि त्यांनी पत्र्याचा एक डबा लाडू-चिवड्यानं भरून

कृष्णाच्या स्वाधीन केला.

"हे घेऊन जा मुलाबाळांना. त्या गणालाही खा म्हणावे हो. सांग, मामांनी दिलाय."

म्हाताऱ्याच्या या मायेनं कृष्णाचे डोळे भरले. पुन:पुन्हा तो त्यांच्या पाया पडला आणि निरोप घेऊन निघाला. लांब जाईपर्यंत मामा ओरडून ओरडून सांगत होते, "सांभाळून जा हो. जवळ रोख रक्कम असली तर जागृत राहा. नाही तर लुटील लेका कुणी गाडीत. देवाने दिले, ते कर्माने नेले असे होईल."

कृष्णा दृष्टीआड झाला तेव्हा त्यांनी हाताचे तळवे जोडले. खाली बघून मान हलवीत ते स्वत:शीच पुटपुटले, "फार जीव लावला हो पोरानं – फार! ऐशी कळवळ्याची जाती करी लाभाविण प्रीती!"

कृष्णा घरी आला तर बावऱ्यानंही निघण्याची तयारी चालविली होती. मालण आणि तिची आई बांधाबांधी करीत होत्या. बावऱ्यानं खरेदीही चिक्कार केलेली दिसत होती. हे सगळं बघून कृष्णानं विचारलं, "म्हंजे? तूबी येतुयास काय गावाकडं?"

बावऱ्या म्हणाला, "तर, तर! आता मला आलंच पायजे."

तयारी झाली आणि कृष्णा गावाकडं निघाला – कितीतरी दिवसांनी निघाला. बावऱ्यानाना, नानी आणि मालण – सगळीच गावाकडं निघाली.

पंचवीस

माळवदावर उभी राहून रश्शी आणि बिंच्या स्टेशनाकडून येणारी वाट बघत होती. आज त्यांचा बाप येणार होता.

रखमा आज न्हाऊन-धुऊन स्वच्छ झाली होती. कृष्णानं धाडून दिलेली फॅन्सी लुगडं-चोळी घालून नटली-थटली होती. तिच्या वृत्ती बदलत आल्या होत्या. मृगाच्या सरीची वाट बघणाऱ्या काळीसारखी ती आपल्या धन्याची वाट बघत होती. वरचेवर आतबाहेर करीत होती.

मग दूरवरून येणारी बैलगाडी बिंच्यानं बघितली आणि माळवदावर नाचत नाचत तो ओरडला, "आये, गाडी दिसतीया गं दिसतीया!"

पोराची ही आरोळी कानी येताच रखमाचं अधीर अंत:करण उडू लागलं. तिला काय म्हणावं, काय करावं हे सुचेना. पोरासारखं भिंती वेंघून आपणही माळवदावर चढावं आणि गाडी बघावी असं तिला वाटलं. पण पुन्हा तिला आपल्या पोरकट विचारांची लाज वाटली. चेहऱ्यावरचा, वृत्तीतला उतावळेपणा झाकण्याचा निष्फळ प्रयत्न ती करू लागली. आपल्या नेहमीच्या उद्योगात आपण मग्न आहोत असं दाखवू लागली. कारण नसताना डाळीचं वाळवण घालू लागली.

गाडी जसजशी जवळ येऊ लागली, तसतशी पोरं जास्त आरडाओरडा करू लागली. खुंट्यांवरून लोंबकळत खाली उतरली आणि 'आये, आमी पिंपरणीपाशी जातो', असं सांगून धूम पळाली.

मग गाडी आली. थेट कृष्णाच्या घरापुढं येऊन उभी राहिली. कृष्णानं खाली उडी मारली. पोरं पिंपरणीपासून गाडीत बसून आली होती. काखेत हात घालून त्यांना खाली उतरवलं. बावऱ्याच्या मळ्यातून वाटेवर लक्ष ठेवून असणारा गणाही धावतपळत आला. बावऱ्या, मालण, नानी – सगळीच खाली उतरली आणि कृष्णाच्या घरात आली. दारात येताच रखमा बावऱ्याच्या आणि नानीच्या पाया पडली आणि कृष्णाचेही पाय धरू लागली. तशी कृष्णानं तिला अर्ध्यातूनच वर उठवली. भरल्या घशानं तो म्हणाला, "तुम्ही न्हाई पाया पडायचं आता. लई कट काढला तुम्ही. पाय मी धरलं पायजेत तुमचं."

– आणि खरंच तो तसं करू लागला. तशी रखमा चटकन

बाजूला झाली. डोळ्याला पदर लावून म्हणाली, "असं का येड्यावाणी?"

मग बावऱ्या पुढं झाला आणि हसत हसत म्हणाला, "व्हंजी, मिळाला नवरा माघारी?"

यावर रखमा हसली. डोळ्यांतून पाणी काढत हसली. म्हणाली, "भायेर का उभं? आत चला."

– आणि नानीला, मालणला घेऊन आत गेली. चहाची तयारी करू लागली.

मंडळी घोंगड्यावर बसली. बावऱ्यानानानं सगळ्यांना आश्चर्यचकित केलं.

"किस्ना, मी माजी मालण गणाला दिली!"

नानीनंही नवऱ्याच्या म्हणण्याला दुजोरा दिला. चुलीपुढं बसलेल्या रखमाचा हात धरून ती म्हणाली, "रखमा जाऊ घे तुला."

तशी मालण लालेलाल झाली आणि पदरानं तोंड झाकून बाहेर पळाली. बावऱ्या तिच्यावर ओरडला, "अगं, पळू नगंस. आत ये बघू. शिकल्या-सवरल्याली तू. आन् लाजतीस कशापायी?"

या आकस्मिक खुलाशानं कृष्णा गोंधळला. म्हणाला, "आँ? हे काय भलतंच, बावऱ्यानाना! मालण इकती शिकल्याली आन् आमचा गना अडानी!"

बावऱ्या अभिमानानं म्हणाला, "अडानी बावऱ्याची लेक हाय ती. गनाला शानं करंल, सगळ्या म्हारुड्याला शानपना शिकवंल!"

"आरं, पर ती शहरगावातली पोर खेड्यात? पुढचं पाऊल पुन्ना मागं?"

"मागं न्हाई, किस्ना! खेड्यातल्या अडानी मानसानं पुढचं पाऊल टाकायला शिकलं पायजे, कसं रं गना?"

गणाही थोडका लाजला होता. पाय आखडून घेऊन उगीच बसला होता. तो काही बोललाच नाही.

अशी बोलणी झाली. कृष्णाचं घर आनंदानं, उत्साहानं भरून गेलं.

पदर खोचून रखमा स्वयंपाकाला लागली. नानी आणि मालण तिला मदत करू लागल्या.

गोडधोड पदार्थ करून सगळी जेवली. पान खात, विड्या ओढत घोंगड्यावर बोलत बसली. लग्नाचे सगळे बेत आखले गेले. मुहूर्त ठरला आणि मग एक-एक डुलकी खाऊन बावऱ्या, नानी घरी जायला निघाली. मालण जाऊ लागली तशी रश्शी, बिंच्या 'काकू-काकू' करीत तिच्या मागं धावली. रखमाच्या ओरडण्याला न जुमानता बावऱ्याच्या घरीच खेळू लागली!

घरात दोघंच राहिली तशी कृष्णा नि रखमा खूप खूप बोलली. जुन्या आठवणी काढून, दुःख स्मरून रडली, हसली. रखमा नव्या नवरीसारखी वागली. कितीतरी

दिवसांनी तिला कृष्णा परत मिळाला होता.

ऊन उतरल्यावर पोरांना घेऊन रखमा, कृष्णा आणि गणा नवी जमीन बघायला गेली. कोसला पटका बांधून मलमली सदरा घालून बूट वाजवीत कृष्णा खरेदी केलेली जमीन बघायला गेला, तेव्हा गावातली मंडळी म्हणाली, ''देव्याचं पोर म्होरं आलं सगळ्या म्हारुड्यात, बरं झालं!''

गावाला लागूनच कृष्णाची काळी जमीन होती – हत्तीच्या मस्तकासारखी काळी! मृगाच्या शिडकाव्यानं ती मऊ आली होती, फुलारली होती. सुवासाचे श्वास सोडीत होती. वर निळं आभाळ पांढुरक्या ढगांनी भरलं होतं. रानपाखरं गिरक्या घेत चिवचिवत होती. समोर निळे डोंगर होते. आसपास इतर रानांचे तुकडे होते. बांधावरली, तालीवरली झाडं संध्याकाळच्या गार वाऱ्यानं डुलत होती.

त्या मऊ जमिनीवर येताच पोरं हरकली आणि त्यांनी मातीत कोलांट्या उड्या घ्यायला, धावायला सुरुवात केली.

बांधावर उभं राहून कृष्णानं चौफेर दृष्टी टाकली आणि त्याचं मन आनंदानं भरून आलं! बायकोचा चुड्याचा हात धरून तो उत्तेजित स्वरात म्हणाला, ''रखमे, रखमे, बघ. हे आपलं रान. आपली काळी ही!''

– आणि त्या आवेगासरशी तो खाली वाकला. पैशाच्या ढिगातून रुपयांची ओंजळ भरून घ्यावी तशी त्यानं ती सुगंधी माती ओंजळीत घेतली, तिचा वास घेतला. ती कपाळाला लावली. त्याच्या डोळ्यांतून पाण्याच्या धारा लागल्या. निळ्या आभाळाकडे बघत तो सावकाशीनं बोलला....

दाटल्या घशानं म्हणाला, ''माजा म्हातारा हे बगायला जगला न्हाई.''

www.ingramcontent.com/pod-product-compliance
Lightning Source LLC
Chambersburg PA
CBHW071136250626
47159CB00006B/2242
9788184983814